നക്ഷത്രങ്ങളുടെ ജാതകം

nakshathrangalude jathakam

•

c ramachandran

•

first edition
july 2007

•

second edition
august 2008

•

third edition
october 2012

•

fourth edition
december 2016

•

typesetting & published
chintha publishers, thiruvananthapuram

•

•

cover
midas

•

വിതരണം

ദേശാഭിമാനി ബുക്ക് ഹൗസ്

H O തിരുവനന്തപുരം-695 035
phone: 0471-2303026, 6063026
www.chinthapublishers.com
chinthapublishers@gmail.com

ബ്രാഞ്ചുകൾ

ഹെഡ്ഡാഫീസ് ബ്രാഞ്ച് കുന്നുകുഴി • സ്റ്റാച്യു തിരുവനന്തപുരം • കെ എസ് ആർ ടി സി ബസ് സ്റ്റേഷൻ ആലപ്പുഴ • കെ എസ് ആർ ടി സി ബസ് സ്റ്റേഷൻ എറണാകുളം • മച്ചിങ്ങൽ ലെയ്ൻ തൃശൂർ • ഐ ജി റോഡ് കോഴിക്കോട് • മാവൂർ റോഡ് കോഴിക്കോട് • എൻ ജി ഒ യൂണിയൻ ബിൽഡിങ് കണ്ണൂർ • സെൻട്രൽ ബസ് ടെർമിനൽ കോംപ്ലക്സ് താവക്കര കണ്ണൂർ

CR- VV-10 / 1536 / 4004

നക്ഷത്രങ്ങളുടെ ജാതകം

സി രാമചന്ദ്രൻ

ചിന്ത പബ്ലിഷേഴ്സ്
തിരുവനന്തപുരം-695 035

സി രാമചന്ദ്രൻ

വടക്കൻ പറവൂർ താലൂക്കിൽ ചിറ്റാറ്റുകര പഞ്ചായത്തിലെ പട്ടണംകരയിൽ 1944 ൽ ജനിച്ചു. മുഹമ്മദൻ പ്രൈമറിസ്കൂൾ, പറവൂർ ഗവൺമെന്റ് ഹൈസ്കൂൾ, തലശ്ശേരി ബ്രണ്ണൻകോളേജ്, ചങ്ങനാശേരി ഹിന്ദുകോളേജ്, പൂനാ എം ഇ എസ് കോളേജ് എന്നിവിടങ്ങളിൽ വിദ്യാഭ്യാസം.

രാജസ്ഥാനിലെ മെറ്റൽ ഉദ്യോഗ് ലിമിറ്റഡ്, ഹിന്ദുസ്ഥാൻ സിങ്ക് ലിമിറ്റഡ് എന്നീ സ്ഥാപനങ്ങളിൽ ഹ്രസ്വമായ സേവനങ്ങളനുഷ്ഠിച്ചശേഷം 1969 ൽ തിരുവനന്തപുരത്ത് സ്പേസ് സെന്ററിൽ ചേർന്നു. 35 വർഷത്തെ സേവനത്തിനുശേഷം 2004 ൽ വിരമിച്ചു.

എ കെ ജി ISRO സ്റ്റാഫ് അസോസിയേഷന്റെ പ്രസിഡന്റായിരിക്കുമ്പോൾ അതിന്റെ സെക്രട്ടറിയായി പ്രവർത്തിച്ചിട്ടുണ്ട്. എ കെ ജിയുടെ മരണശേഷം രണ്ടുവർഷം പ്രസിഡന്റായി. സ്പേസ്സെന്റർ ആർട്സ് ക്ലബ്ബിന്റെ (SPARC) സെക്രട്ടറിയായും പ്രസിഡന്റായും വളരെക്കാലം പ്രവർത്തിച്ചു. വിരമിക്കുംവരെ സ്പേസ്സെന്റർ കോ-ഓപ്പറേറ്റീവ് സൊസൈറ്റിയുടെ പ്രസിഡന്റ്.

*ദേശാഭിമാനി*യുടെ ശാസ്ത്രലേഖകനാണ്. *ശാസ്ത്രകേരള*ത്തിന്റെ പത്രാധിപസമിതി അംഗമായിരുന്നു. ഇപ്പോൾ കേരള ശാസ്ത്രസാഹിത്യപരിഷത്തിന്റെ എറണാകുളം ജില്ലാകമ്മിറ്റി അംഗം. ഇൻഫർമേഷൻ കേരളാമിഷന്റെ (IKM) കോ ഓർഡിനേറ്ററായി പ്രവർത്തിക്കുന്നു.

ഭാര്യ : ശ്യാമള

മക്കൾ : സംഗീത സതീഷ്, കവിത ശ്രീനാഥ്

മേൽവിലാസം : 28/829A, തെക്കേ ചെറുപറമ്പത്ത്
കടവന്ത്ര, കൊച്ചി-682020

ഉള്ളടക്കം

മുഖവുര

പ്രപഞ്ചത്തെക്കുറിച്ച് അറിവുകൾ നൽകുന്ന ഒട്ടനവധി ഗ്രന്ഥങ്ങൾ ഇന്നു മലയാളത്തിലുണ്ട്. അവ ധാരാളം വായിക്കപ്പെടുന്നുമുണ്ട്. ഇത് സ്വാഗതാർഹമാണെങ്കിലും പ്രപഞ്ചചിത്രത്തിൽ വരുന്ന മാറ്റം ജീവിത വീക്ഷണത്തിൽ പ്രതിഫലിക്കുന്നില്ല.

ശാസ്ത്രസത്യങ്ങൾ അനാവരണം ചെയ്യപ്പെടുമ്പോൾ അത് നിലനിൽക്കുന്ന വിശ്വാസങ്ങളുമായി പൊരുത്തപ്പെടാതെ വന്നേക്കാം. മതങ്ങൾ ശാസ്ത്രത്തിനുനേരെ തിരിയാൻ ഇത്തരം കണ്ടെത്തലുകൾ ഇടയാക്കുന്നു. ബ്രൂണോ, ഗലീലിയോ, ഡാർവിൻ തുടങ്ങിയ ആദ്യകാല ശാസ്ത്രജ്ഞന്മാരെ മതവിരുദ്ധരായി കാണാനിടയായതിങ്ങനെയാണ്.

ശാസ്ത്രത്തിൽ ബിരുദമുള്ളതുകൊണ്ടോ ശാസ്ത്രജ്ഞപദവിയുള്ളതുകൊണ്ടോ ഒരാൾക്ക് ശാസ്ത്രബോധമുണ്ടായിക്കൊള്ളണമെന്നില്ല. ഇതുരണ്ടുമില്ലാത്തവരിലും ശാസ്ത്രബോധമുള്ളവർ ഉണ്ടുതാനും. വാസ്തവത്തിൽ യുക്തി, ബുദ്ധി, പരീക്ഷണം, നിരീക്ഷണം, നിഗമനം തുടങ്ങിയവയുടെ ഒരു സമ്മേളനമാണ് ശാസ്ത്രം.

ആകാശത്തെക്കുറിച്ചോ നക്ഷത്രങ്ങളെക്കുറിച്ചോ ശാസ്ത്രീയമായി യാതൊന്നുമറിയാത്ത ജ്യോതിഷികൾ നമ്മുടെ നാട്ടിൽ സർവ്വസാധാരണമാണ്. ജ്യോതിഷത്തെ എതിർക്കുന്നവരിലും ശാസ്ത്രീയമായ അറിവിന്റെ അഭാവം പ്രകടമാണ്. ആധുനിക സങ്കേതങ്ങളുപയോഗിച്ച് സമാഹരിക്കപ്പെട്ടിട്ടുള്ള ജ്യോതിശാസ്ത്രസംബന്ധമായ അറിവുകൾ അന്ധവിശ്വാസങ്ങൾക്കു സ്ഥാനമില്ലാത്ത ഒരു പുത്തൻ പ്രപഞ്ചവീക്ഷണത്തിനു മുതൽക്കൂട്ടാവണം. അതിനുള്ള ശ്രമമാണ് ഈ പുസ്തകം. ജ്യോതിഷവിശ്വാസികൾക്കും അവരെ എതിർക്കുന്നവർക്കും ഇത് ഒരുപോലെ പ്രയോജനപ്രദമാകുമെന്നു പ്രതീക്ഷിക്കുന്നു.

ഈ പുസ്തകം ഈ രീതിയിൽ പ്രസിദ്ധീകരിക്കുന്നതിനു പ്രചോദനം നൽകിയ ചിന്ത പബ്ലിഷേഴ്സിനോടും ശ്രീ വി കെ ജോസഫിനോടും ഇതിന്റെ കയ്യെഴുത്തുപ്രതി വായിച്ച് കഴിയുന്നത്ര പിശകുകൾ ഒഴിവാക്കാൻ സഹായിച്ച ഡോ എൻ ഷാജിയോടുമുള്ള കടപ്പാട് തീർക്കാവുന്നതല്ല.

30.06.2007 **സി രാമചന്ദ്രൻ**

1

പ്രാപഞ്ചവിജ്ഞാനീയത്തിന്റെ തുടക്കം

മനുഷ്യമനസ്സുകളെ വിഹ്വലമാക്കുന്ന ഒരു പ്രതിഭാസമായി ആകാശം എക്കാലവും വർത്തിച്ചിരുന്നു. അത് സാഹിത്യകാരന് ഭാവനയും കലാകാരന് പ്രചോദനവും ദാർശനികർക്ക് സമസ്യയും ശാസ്ത്രജ്ഞർക്ക് പ്രഹേളികയുമാണ്.

ജ്യോതിശ്ശശാസ്ത്രപരമായ അറിവുകൾ ആദ്യകാലമതങ്ങളെ കാര്യമായി സ്വാധീനിക്കുകയുണ്ടായി. വിശ്വാസികളുടെ ചോദ്യങ്ങൾക്ക് ഉത്തരം നൽകാൻ അവരതിനെ ഉപയോഗപ്പെടുത്തി. എന്നാൽ, അറിവിന്റെ വികാസത്തിനനുസരിച്ച് സ്വന്തം ധാരണകളിൽ മാറ്റംവരുത്താൻ മതങ്ങൾ സന്നദ്ധമായിരുന്നില്ല.

പ്രപഞ്ചത്തെ സംബന്ധിച്ചിടത്തോളം മെസപ്പൊട്ടേമിയക്കാർ അഥവാ ബാബിലോണിയക്കാർ രൂപീകരിച്ച ചിന്താപദ്ധതിയാണ് ലോകമാകെ പ്രചരിച്ചത്. ലോകത്തിന്റെ പലഭാഗത്തും രൂപപ്പെട്ട അറിവുകൾ ക്രോഡീകരിച്ചാകാം അവരതു ചെയ്തത്. പ്രപഞ്ചത്തെക്കുറിച്ചുള്ള പ്രാചീന ചിന്താപദ്ധതികൾ തങ്ങളുടെ പ്രദേശത്തു നിന്നാണ് മറ്റു പ്രദേശങ്ങളിലേക്കു വ്യാപിച്ചതെന്ന് ഓരോരുത്തർക്കും അവകാശപ്പെടാനും അഭിമാനിക്കാനുമുള്ള സ്വാതന്ത്ര്യം അതു നൽകുന്നു. ഗ്രഹങ്ങൾ, നക്ഷത്രരാശികൾ, സൗരരാശി

ഒരു മുട്ടനാടിന്റെ ആകൃതി തോന്നിക്കുന്ന നക്ഷത്രസമൂഹം
മേടരാശി

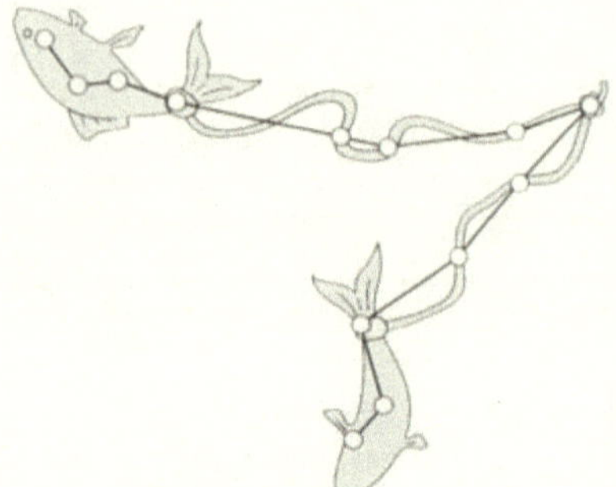

മീനുകളുടെ രൂപം തോന്നിക്കുന്ന നക്ഷത്രസമൂഹം
മീനരാശി

ചക്രം എന്നിവയെക്കുറിച്ചുള്ള അറിവുകളെല്ലാം തന്നെ വിശദാംശങ്ങളിൽ ചില വ്യത്യാസങ്ങളുണ്ടായിരുന്നതൊഴിച്ചാൽ അന്നത്തെ ലോകമാകെ അതു പൊതുവായിരുന്നു.

നവോത്ഥാനത്തോടൊപ്പം ശാസ്ത്രീയ ചിന്താപദ്ധതികൾ ഉദിച്ചുയരും മുൻപ് ലോകത്തു നിലവിലിരുന്ന പ്രപഞ്ചചിത്രം ഏതാണ്ടിതാണ്: ഭൂമി നിശ്ചലമായി പ്രപഞ്ചകേന്ദ്രത്തിൽ - സൂര്യൻ, ചന്ദ്രൻ, ചൊവ്വ, ബുധൻ, വ്യാഴം, വെള്ളി, ശനി എന്നീ ഏഴു ഗ്രഹങ്ങൾ പല വേഗതയിൽ ഭൂമിയെ വലംവയ്ക്കുന്നു. അതിനുമപ്പുറം നക്ഷത്രങ്ങൾ സ്ഥിരവേഗത്തിൽ ഭൂമിയെ ചുറ്റുന്നു. സൂര്യനടക്കമുള്ള ഗ്രഹങ്ങൾ ഭൂമിയെ വലംവയ്ക്കുന്നത് ഏതാണ്ട് ഒരേ തലത്തിലാണ് എന്നതുകൊണ്ട് ആ പ്രദക്ഷിണപഥങ്ങൾക്കു ചുറ്റും വരുന്ന നക്ഷത്രഗണങ്ങൾ മേടം (Aries) മുതൽ മീനം (Pisces) വരെയുള്ള രാശിചക്രത്തിലുൾപ്പെട്ടു കാണപ്പെടുന്നു. ചിട്ടയോടെ ഭൂമിയെ വലംവയ്ക്കുന്ന നക്ഷത്രഗണങ്ങൾക്കിടയിൽ ചിട്ടയില്ലാതെ അലയുന്നവ എന്ന അർഥത്തിലാണ് 'planets' എന്ന പദമുണ്ടായത് (എന്നാൽ ഗ്രഹങ്ങൾ തികഞ്ഞ അച്ചടക്കത്തോടെയാണ് ചലിക്കുന്നതെന്ന് കെപ്ലർ കൃത്യതയോടെ പിന്നീട് വിശദീകരിച്ചു). ഗ്രഹങ്ങൾ സ്വയം പ്രകാശിതമല്ലെന്നും അവ സൂര്യനെയാണു വലംവയ്ക്കുന്നതെന്നും ഭൂമി ഒരു ഗ്രഹമാണെന്നും ചന്ദ്രൻ ഉപഗ്രഹമാണെന്നും അവർക്കറിയില്ലായിരുന്നു. ഗ്രഹണങ്ങളുടെ കാരണങ്ങളും അവർക്ക് അജ്ഞാതമായിരുന്നു. അതുപോലെ തന്നെ ധൂമകേതുക്കൾ, ഉൽക്കാപാതങ്ങൾ തുടങ്ങിയ കാര്യങ്ങളെയും ഭയഭക്തിയോടെയാണ് അവർ നോക്കിക്കണ്ടിരുന്നത്. ഇതെല്ലാം തന്നെ ദൈവികമോ ആസുരമോ ആയ കാര്യങ്ങളായും നിമിത്തങ്ങളായും വ്യാഖ്യാനിക്കപ്പെട്ടു.

ഇതെല്ലാമാണെങ്കിലും തങ്ങളുടെ പരിമിതമായ വിഭവങ്ങൾക്കകത്തു നിന്നുകൊണ്ട് അവർ ആവുംവിധം കൃത്യമായ നിഗമനങ്ങളിലെത്തിച്ചേരാൻ പരിശ്രമിച്ചിരുന്നു. കടലിലും മരുഭൂമിയിലും ദിശ നിർണ്ണയിക്കാനും സമയനിഷ്ഠ പുലർത്താനും കാലഗണന നിർവഹിക്കാനും അവർ ആകാശത്തെയാണ് ആശ്രയിച്ചത്. ആകാശം അന്നും ഇന്നും ഒരു ഭീമൻ ക്ലോക്കാണ്. വാച്ചുള്ളതുകൊണ്ട് ദൈനംദിന ജീവിതത്തിൽ ഇന്നതിനെ അത്ര ആശ്രയിക്കുന്നില്ലെന്നു മാത്രം. ആകാശം ക്ലോക്ക് എന്നതുപോലെ ഒരു കലണ്ടറുമാണ്. നക്ഷത്രഗണങ്ങൾക്കിടയിൽ സൂര്യചന്ദ്രന്മാരുടെ സ്ഥാനമനുസരിച്ചാണ് കൃഷിയും ഉത്സവങ്ങളും മറ്റു വിശേഷ

ങ്ങളും ചിട്ടപ്പെടുത്തിയിരുന്നത്. ഇന്നും അത് ഏറെക്കുറെ തുടരുന്നു.

ലോകത്തിന്റെ മറ്റു ഭാഗങ്ങളിലെന്നപോലെ ഭാരതത്തിലും ജ്യോതിശ്ശാസ്ത്രത്തോടൊപ്പമുണ്ടായ മറുപിള്ളയാണ് ജ്യോത്സ്യം. വൈദ്യൻ, വൈദികൻ, വാദ്യവിദഗ്ധൻ, ചിത്രകാരൻ, ഗായകൻ തുടങ്ങിയവർക്കെല്ലാം അവരവരുടെ വൈഭവങ്ങൾക്കനുസരിച്ചുള്ള വരുമാനത്തിനും ഉപജീവനത്തിനും സാധ്യതയുണ്ടായിരുന്നു. എന്നാൽ രാത്രി ആകാശത്തെ നിരീക്ഷിച്ചും പകൽ അതേക്കുറിച്ച് പഠിച്ചും കുറിച്ചുവച്ചും ഉറങ്ങിയും ജീവിക്കേണ്ടിവന്ന വാനനിരീക്ഷകനു സ്വീകരിക്കേണ്ടിവന്ന ഉപായമാണ് ജ്യോത്സ്യം. ഗ്രഹണം പ്രവചിക്കാൻ കഴിവുള്ളയാൾക്ക് ഭാവി പ്രവചിക്കാൻ കഴിവുണ്ടാകുമെന്ന തെറ്റിദ്ധാരണയും, ഭാവി അറിയുവാനുള്ള ആകാംക്ഷ എന്ന മാനുഷിക ദൗർബല്യവും അതിനു വളമായി. ജ്യോതിശ്ശാസ്ത്രത്തിന് വിലമതിക്കാനാവാത്ത സംഭാവനകൾ നൽകിയ കെപ്ലർ വരുമാനമുണ്ടാക്കിയിരുന്നത് രാജാക്കന്മാർക്കും പ്രഭുക്കന്മാർക്കും ജാതകമെഴുതിക്കൊടുത്തുകൊണ്ടാണ്. തന്റെ വയറ്റുപിഴപ്പാണിതെന്ന് അദ്ദേഹം സമ്മതിക്കുകയും ചെയ്തിട്ടുണ്ട്.

യവന ദാർശനികനും ചിന്തകനുമായിരുന്ന അരിസ്റ്റോട്ടിൽ ക്രിസ്തുവിനും മുൻപ് രൂപപ്പെടുത്തിയ ഭൗമകേന്ദ്രിതമായ പ്രപഞ്ചചിത്രത്തിനനുസരണമായ ഒരു ചിന്താപദ്ധതിയായിരുന്നു കത്തോലിക്കാസഭ അംഗീകരിച്ചിരുന്നത്. തോമസ് അക്വിനാസ് എന്ന ദൈവചിന്തകനാണ് സഭയ്ക്കുവേണ്ടി ഇതു രൂപീകരിച്ചത്. സഭയുടെ അംഗീകൃത പദ്ധതിക്കു കടകവിരുദ്ധമായ ഒന്ന് പ്രഖ്യാപിച്ചാലുണ്ടായേക്കാവുന്ന പ്രത്യാഘാതങ്ങളെക്കുറിച്ച് കോപ്പർനിക്കസ് ബോധവാനായിരുന്നു. മാത്രമല്ല അദ്ദേഹത്തിന്റെ കണ്ടെത്തലുകൾ അച്ചടിച്ചു പുറത്തിറക്കാൻ അച്ചടിശാലകൾ തയ്യാറായതുമില്ല. "ഒരു സാങ്കല്പികകൃതി" എന്ന വിശേഷണവുമായാണ് ഒടുവിലത് പ്രസിദ്ധീകരിക്കപ്പെട്ടത്. കോപ്പർനിക്കസിന്റെ മരണശേഷം അദ്ദേഹത്തിന്റെ ചിന്തകൾ ബുദ്ധിജീവികൾക്കിടയിൽ മാത്രം ഒതുങ്ങുന്ന ഒരു ചർച്ചാവിഷയമായി നിലകൊണ്ടു.

ബ്രൂണോ എന്ന ചിന്തകൻ കോപ്പർനിക്കസിന്റെ കണ്ടുപിടുത്തങ്ങളെക്കുറിച്ച് യൂറോപ്പിലുടനീളം പ്രസംഗപരമ്പരകൾ നടത്തിയതോടെയാണ് സൂര്യകേന്ദ്രിത ചിന്താപദ്ധതിക്ക് പ്രചാരം ലഭിച്ചത്. അക്വിനാസിന്റെ പ്രപഞ്ചപദ്ധതിയെ ബ്രൂണോ പിച്ചിച്ചീന്തി. മതനിന്ദക്കുറ്റത്തിന് വിചാരണയ്ക്കു വിധേയനായ ബ്രൂണോ പ്രചരിപ്പിച്ച ചില ആശയങ്ങൾ ഇവിടെ സൂചിപ്പിക്കാം:

1. ഭൂമി ഉരുണ്ടിരിക്കുന്നു. അത് ഒരു സാങ്കൽപ്പിക അച്ചുതണ്ടിൽ കറങ്ങുന്നു; അതോടൊപ്പം വർഷത്തിൽ ഒരു പ്രാവശ്യം സൂര്യനെ വലംവയ്ക്കുന്നു.
2. ആകാശം അനേകായിരം സൂര്യന്മാർ (നക്ഷത്രങ്ങൾ) ഉൾക്കൊള്ളുന്ന അനന്തവിസ്തൃതമായ ഒന്നാണ്.

3. നക്ഷത്രങ്ങളിൽ ചിലതിനെയെങ്കിലും ഭൂമിയെപ്പോലെ ജൈവസാന്നിധ്യവും മനുഷ്യസാന്നിധ്യവുമുള്ള ഗ്രഹങ്ങൾ വലംവയ്ക്കുന്നുണ്ടാകണം.
4. ആത്മാവിനും ശരീരത്തിനും വെവ്വേറെ അസ്തിത്വമില്ല; ശരീരത്തിനകത്താണ് ആത്മാവ്.
5. മതവും പള്ളിയും ദൈവീകകാര്യങ്ങളിൽ മാത്രം ശ്രദ്ധിച്ചാൽ മതി. അവർ ശാസ്ത്രവിഷയങ്ങൾ കൈകാര്യം ചെയ്യേണ്ടതില്ല.

വ്യവസ്ഥാപിത മതങ്ങൾക്കൊന്നും സഹിക്കാവുന്നതായിരുന്നില്ല ബ്രൂണോയുടെ ആശയങ്ങൾ. കത്തോലിക്കാസഭയുടെ കാര്യം അന്നു പറയുകയും വേണ്ട. ബ്രൂണോയെ ചുട്ടുകൊല്ലാൻ മതവിചാരണസമിതി 1600 ഫെബ്രുവരി 3-ന് വിധിച്ചു. ഫെബ്രുവരി 17-ന് ബ്രൂണോ പരസ്യമായി ജീവനോടെ ദഹിപ്പിക്കപ്പെട്ടു.

ആര്യഭട്ടൻ (AD 476-550)
കോപ്പർനിക്കസിനും നൂറ്റാണ്ടുകൾക്കു മുമ്പുതന്നെ പ്രപഞ്ചം 'സൂര്യകേന്ദ്രിതമാണെ'ന്ന് അഭിപ്രായപ്പെട്ട ഭാരതീയ ജ്യോതിശ്ശാസ്ത്രജ്ഞൻ

ഭാരതത്തിൽ ആര്യഭട്ടൻ, കോപ്പർനിക്കസിനും നൂറ്റാണ്ടുകൾക്കു മുൻപുതന്നെ പ്രപഞ്ചം സൂര്യകേന്ദ്രിതമാണെന്നു കണ്ടെത്തിയിരുന്നു. പക്ഷെ അതിനെ യാഥാസ്ഥിതിക ജ്യോതിഷികൾ അവഗണിക്കുകയാണുണ്ടായത്. പുരോഗമനപരമായ ആശയങ്ങൾ മുന്നോട്ടുവയ്ക്കുന്നവരെ ഇല്ലായ്മ ചെയ്യുന്നതിനേക്കാൾ അവരുടെ ആശയങ്ങളെ അവഗണിക്കുന്നതാണ് ഫലപ്രദമെന്ന് അവർ മനസ്സിലാക്കിയിരുന്നു. വിശദാംശങ്ങൾ ഒഴിവാക്കി നിഗമനങ്ങൾ മാത്രം കുറിച്ചുവയ്ക്കുന്ന രീതിയേ ഭാരതീയചിന്തകർക്കുണ്ടായിരുന്നുള്ളൂ. അതുകൊണ്ട് ഏതു കാലത്താണ് അവർ ജീവിച്ചിരുന്നത് എന്നോ, നിഗമനങ്ങളിലേക്ക് അവരെ എത്തിച്ചതിനു കാരണങ്ങളെന്തെന്നോ അറിയണമെങ്കിൽ ഗവേഷണം വേറെ നടത്തണം.

ടെലസ്കോപ്പിന്റെ വരവോടെയാണ് ജ്യോതിശ്ശാസ്ത്ര പുരോഗതിയിൽ മറ്റൊരു കുതിച്ചുചാട്ടമുണ്ടായത്. വാനനിരീക്ഷണത്തിന് ടെലസ്കോപ്പ് ഫലപ്രദമായി ഉപയോഗിക്കാമെന്ന് ഗലീലിയോ ആണ് മനസ്സിലാക്കിയത്. നഗ്നനേത്രങ്ങൾ കൊണ്ട് മനുഷ്യനു കാണാവു

ന്നത് പരമാവധി ആറായിരം നക്ഷത്രങ്ങളാണ്. ടെലസ്കോപ്പിന്റെ പരിഷ്കരണത്തിലൂടെ പ്രപഞ്ചത്തിന്റെ വ്യാപ്തിയും കാണാവുന്ന നക്ഷത്രങ്ങളുടെ എണ്ണവും ശതഗുണീകൃതമായി. കോപ്പർനിക്കസിനെ പിന്തുണച്ചതിന് ഗലീലിയോക്കും മതവിചാരണസമിതിയുടെ പ്രതിക്കൂട്ടിൽ നിൽക്കേണ്ടിവന്നു. 'തെറ്റ്' ഏറ്റുപറഞ്ഞതിലൂടെ വധശിക്ഷയിൽ നിന്ന് ഒഴിവാക്കപ്പെട്ടുവെങ്കിലും ജീവിതാന്ത്യംവരെ വീട്ടുതടങ്കലിലായി.

പ്രപഞ്ചകേന്ദ്രം ഭൂമിയല്ലെന്നു വന്നതോടെ വിശ്വാസഗോപുരങ്ങൾ പലതും ഇടിഞ്ഞുവീണു. സൂര്യൻ ഒരു ഗ്രഹമല്ല നക്ഷത്രമാണ്, ഭൂമി ഒരു ഗ്രഹമാണ്, ചന്ദ്രൻ ഗ്രഹമല്ല, രാഹു കേതു എന്നിവ സാങ്കൽപ്പികം മാത്രമാണ് തുടങ്ങിയ അറിവുകൾ പരമ്പരാഗതവിശ്വാസികളെ ക്രുദ്ധരാക്കി. ടെലസ്കോപ്പിന്റെ പരിഷ്കരണത്തിലൂടെയും കൂടുതൽ സൂക്ഷ്മമായ നിരീക്ഷണത്തിലൂടെയും യുറാനസ്, നെപ്ട്യൂൺ, പ്ലൂട്ടോ എന്നിവ കണ്ടുപിടിക്കപ്പെട്ടു. ഗ്രഹപദവി ലഭിക്കാനർഹതയുള്ള ഒന്നല്ല പ്ലൂട്ടോ. സൗരയൂഥത്തിലെ പല ഉപഗ്രഹങ്ങളെക്കാളും അതു ചെറുതാണ്. പ്ലൂട്ടോയെക്കാൾ വലിയ ചിലതു കണ്ടുപിടിച്ചിട്ടും അതിനൊന്നും ഗ്രഹത്തിന്റെ പദവി നൽകിയിട്ടുമില്ല. അതുകൊണ്ടു കൂടിയാണ് സമീപകാലത്തെ ഇന്റർനാഷണൽ അസ്ട്രോണമിക്കൽ യൂണിയന്റെ (IAU) സമ്മേളനം പ്ലൂട്ടോയുടെ ഗ്രഹപദവി എടുത്തുകളഞ്ഞത്.

ചുരുക്കത്തിൽ ഇന്ന് സൗരയൂഥത്തിൽ നിലവിലുള്ളത് എട്ടു ഗ്രഹങ്ങളാണ്. അതിൽ നാലെണ്ണം ചെറുതും സാന്ദ്രതയേറിയതും സൂര്യനോട് താരതമ്യേന അടുത്തും സ്ഥിതിചെയ്യുന്നതുമാണ്. അവയെ അകംഗ്രഹങ്ങൾ (inner planets) എന്നും ഭൗമസമാനഗ്രഹങ്ങൾ (terrestrial planets) എന്നും വിളിച്ചുവരുന്നു. ശേഷിക്കുന്ന നാലെണ്ണം വ്യാഴം, ശനി, യുറാനസ്, നെപ്ട്യൂൺ എന്നിവയാണ്. അതെല്ലാം വാതകങ്ങൾ നിറഞ്ഞതിനാൽ സാന്ദ്രത കുറവുള്ളതും ഭീമാകാരങ്ങളും സൂര്യനിൽ നിന്ന് അകലെ സ്ഥിതിചെയ്യുന്നവയുമാണ്. ഇവയെ വാതകഭീമന്മാർ (gas giants) എന്നോ പുറംഗ്രഹങ്ങൾ (outer planets) എന്നോ ആണ് അറിയപ്പെടുന്നത്.

ടെലസ്കോപ്പുകൾ അടിക്കടി പരിഷ്കരിക്കപ്പെടുകയും നിരീക്ഷണത്തിന് വ്യക്തതയും വ്യാപ്തിയും വർധിക്കുകയും ചെയ്തതോടെ പ്രപഞ്ചം സൂര്യകേന്ദ്രിതമാണെന്ന ധാരണയും തെറ്റാണെന്നു തെളിഞ്ഞു. കോടിക്കണക്കിനു നക്ഷത്രങ്ങളുള്ള കോടിക്കണക്കിനു സമൂഹങ്ങളായിട്ടാണ് നക്ഷത്രങ്ങൾ നിലനിൽക്കുന്നത്. നക്ഷത്രക്കൂട്ടങ്ങളെ ഗാലക്സികളെന്നു വിളിക്കുന്നു. സൂര്യനുൾക്കൊള്ളുന്ന ഗാലക്സിയാണ് ക്ഷീരപഥം, ആകാശഗംഗ (Milky Way) എന്നെല്ലാമറിയപ്പെടുന്നത്. ഈ ഗാലക്സിയിലെ അപ്രധാനമായ ഒരു ഇടത്തരം നക്ഷത്രമാണ് സൂര്യൻ. (പ്രപഞ്ചം അനുനിമിഷം വികസിക്കുന്നു എന്നത് മറ്റൊരു തിരിച്ചറിവ്).

ജ്യോതിശ്ശാസ്ത്രവും ഇന്ന് അനുദിനം വികസിക്കുന്ന പ്രപഞ്ച

വിജ്ഞാനീയമായി മാറിയിരിക്കുന്നു. പല വിജ്ഞാനശാഖകളുടെയും സംഗമവേദിയാണിത്; തെർമോഡൈനാമിക്സ്, സ്പെക്ട്രോസ്കോപ്പി, ഹൈഡ്രോഡൈനമിക്സ്, ആപേക്ഷികത, കണികാഭൗതികം തുടങ്ങിയവയുടെ സംഗമഭൂമി. ഒരു പുസ്തകമെഴുതിത്തീരുമ്പോഴേക്ക് അതിലെ പല അറിവുകളും പരിഷ്കരിക്കപ്പെട്ടു കഴിഞ്ഞിരിക്കും. ഭൂമിയിലും ബഹിരാകാശത്തും സ്ഥാപിക്കപ്പെട്ടിരിക്കുന്ന അത്യാധുനിക ഉപകരണങ്ങളും ടെലസ്കോപ്പുകളും അനുനിമിഷം പുതിയ പുതിയ വിവരങ്ങളും ചിത്രങ്ങളും ഭൂമിയിലേക്കയക്കുന്നുണ്ട്. അതു വിശകലനം ചെയ്ത് പുതിയ നിഗമനങ്ങളിലെത്തുന്നുമുണ്ട്.

പ്രപഞ്ചത്തിലെ എല്ലാ വസ്തുക്കളും മാറ്റത്തിനു വിധേയമാണ്. നക്ഷത്രങ്ങൾ ജനിക്കുകയും മരിക്കുകയും ചെയ്യുന്നുണ്ട്. നക്ഷത്രങ്ങളുടെ വലിപ്പത്തിനനുസരിച്ച അന്ത്യമാണ് അവയെ കാത്തിരിക്കുന്നത്. ഇന്ത്യൻ ശാസ്ത്രജ്ഞനായ ഡോ ചന്ദ്രശേഖറാണ് അതിനെ സംബന്ധിച്ച നിയമം മനസ്സിലാക്കിയത്. പല വലിപ്പത്തിലും പ്രായത്തിലുമുള്ള നക്ഷത്രങ്ങളെ നിരീക്ഷിച്ചു പഠിച്ചാണ് പൊതുവായ അറിവുകൾ സ്വരൂപിക്കുന്നത്. സൂര്യനോട് ഏറ്റവുമടുത്തു നിൽക്കുന്ന നക്ഷത്രത്തിലേക്ക് $4^1/_3$ പ്രകാശവർഷം ദൂരമുണ്ട്.പ്രകാശം $4^1/_3$വർഷം സഞ്ചരിച്ചാലേ അവിടെനിന്ന് ഇവിടെ എത്തൂ. മറ്റു നക്ഷത്രങ്ങൾ നൂറും ആയിരവും പതിനായിരവും ലക്ഷവും അതിനപ്പുറവും പ്രകാശവർഷങ്ങൾക്കകലെയാണ്. നാം കാണുന്ന നക്ഷത്രങ്ങൾ പലതും ഇന്ന് അവിടെ ഇല്ല; ഉള്ളതു പലതും നമുക്കു കാണാൻ കഴിയുന്നുമില്ല. ആകാശത്തിലേക്കു നോക്കുമ്പോൾ നാം ഭൂതകാലത്തിലേക്കാണു നോക്കുന്നത്.

പ്രപഞ്ചവിജ്ഞാനീയത്തിൽ ഇത്രയേറെ വികസനം സംഭവിച്ചിട്ടും സമൂഹത്തിന്റെ കാഴ്ചപ്പാടിൽ അതിനനുസരിച്ച മാറ്റങ്ങളുണ്ടായിട്ടില്ല. രാജ്യത്തെ സ്കൂളുകളിലും കോളേജുകളിലും ജ്യോതിഷം പാഠ്യവിഷയമാക്കണമെന്ന് ആവശ്യപ്പെടുന്നവരുടെ കൂട്ടത്തിൽ ശാസ്ത്രജ്ഞന്മാർ പോലുമുണ്ടെന്നത് ലജ്ജാവഹമാണെന്നു പറയാതെ വയ്യ. ഇല്ലാത്തത് ഉണ്ടെന്നു സങ്കൽപ്പിച്ചും ഉള്ളതു കണക്കിലെടുക്കാതെയുമുള്ള ജാതകമെഴുത്ത് മിഥ്യയും വ്യർഥവുമാണ്. കോടിക്കണക്കിനു കിലോമീറ്ററുകൾ ദൂരെ സ്വന്തം ഗതിപോലും നിശ്ചയിക്കാനാകാതെ നിശ്ചിത പഥത്തിൽ സഞ്ചരിക്കുന്ന ഗ്രഹങ്ങൾക്ക് സ്വയം തീരുമാനമെടുക്കാൻ കെൽപ്പുള്ള മനുഷ്യന്റെ ദൈനംദിന ജീവിതത്തിൽ ഇടപെട്ടിട്ട് എന്തു കാര്യമാണുള്ളത്. പ്രപഞ്ചഭൗതികവിജ്ഞാനത്തിന്റെ വെളിച്ചത്തിൽ ഇന്നു മനുഷ്യൻ നക്ഷത്രങ്ങളുടെ ജാതകമാണു കുറിക്കുന്നത്. ആധുനിക യുഗത്തിൽ ജീവിക്കുന്ന മനുഷ്യൻ എന്ന നിലയിൽ പ്രപഞ്ചത്തെക്കുറിച്ച് കഴിയുന്നത്ര ആധുനികമായ ഒരു ചിത്രം നമ്മുടെ ഉള്ളിലുണ്ടായിരിക്കേണ്ടതുണ്ട്. ഈ പുസ്തകം അതിനുള്ള ശ്രമമാണ്. എല്ലാം കണക്കിലെടുത്തുകൊണ്ട് ഇതിന് 'നക്ഷത്രങ്ങളുടെ ജാതകം' എന്ന പേരു നൽകുന്നു.

പ്രകാശവർഷം

ഇത് ദൂരത്തിന്റെ അളവാണ്. ഒരു പെൻസിലിന്റെ നീളം സെന്റീമീറ്ററിൽ അളക്കാം. തുണിയുടെ നീളം മീറ്ററിൽ ആണ് അളക്കുന്നത്. എന്നാൽ സ്ഥലങ്ങൾ തമ്മിലുള്ള ദൂരമളക്കുമ്പോൾ മീറ്ററും പോരാതെ വരുന്നു. കിലോമീറ്ററിൽ അളക്കണം. നക്ഷത്രങ്ങൾ തമ്മിലുള്ള ദൂരം അളക്കുമ്പോൾ കിലോമീറ്ററും വളരെ ചെറിയ യൂണിറ്റാണ്. അതിന്റെ അളവിന് മറ്റൊന്നു തേടണം. പ്രകാശം ഒരു സെക്കന്റിൽ സഞ്ചരിക്കുന്ന ദൂരം മൂന്നുലക്ഷം കിലോമീറ്ററാണ്. അത് ഒരുവർഷം സഞ്ചരിക്കുന്ന ദൂരം 3 x 60 x 60 x 24 x 365 $^{1}/_{4}$ ലക്ഷം കിലോമീറ്ററാണ്. ഈ ദൂരത്തെയാണ് ഒരു പ്രകാശവർഷമെന്നു പറയുന്നത്. ചന്ദ്രനിൽനിന്ന് ഭൂമിയിലേക്ക് പ്രകാശമെത്താൻ 1.3 സെക്കന്റുമതി. സൂര്യനിൽ നിന്നാകട്ടെ 8.25 മിനിറ്റെടുക്കും. സൂര്യന്റെ ഏറ്റവുമടുത്ത നക്ഷത്രത്തിലേക്കുള്ള ദൂരം 4.25 പ്രകാശവർഷമാണ്.

2

പ്രപഞ്ചോൽപ്പത്തി

ഇതിഹാസങ്ങൾ ജനിക്കും മുൻപ്

"പ്രപഞ്ചം സൃഷ്ടിക്കുന്നതിനു മുൻപ് ഈശ്വരൻ എന്തു ചെയ്യുകയായിരുന്നു" എന്ന ചോദ്യത്തിന് കത്തോലിക്കാ ദൈവചിന്തകനായിരുന്ന സെന്റ് അഗസ്റ്റിൻ പറഞ്ഞ മറുപടി, "അതിനു മുൻപ് സമയമില്ലായിരുന്നു" എന്നാണ്. അറിഞ്ഞുകൊണ്ടായാലും അല്ലെങ്കിലും അതിലൊരു വലിയ അർഥം ഒളിഞ്ഞുകിടക്കുന്നുണ്ട്. ഇത്തരം ചോദ്യങ്ങളും ചിന്തകളും ഉത്തരങ്ങളും മനുഷ്യന് ബുദ്ധിയുറച്ചകാലം മുതൽ തന്നെ നിലനിന്നുപോരുന്നതാണ്. ഇന്നും അതു തുടരുന്നു.

ഉൽപ്പത്തിയെക്കുറിച്ച് മതഗ്രന്ഥങ്ങളിലുണ്ടായിരുന്ന (ഉള്ള) വ്യാഖ്യാനങ്ങളെല്ലാം തന്നെ കൽപ്പിതകഥകളാണ്; വിശ്വാസികളുടെ ജിജ്ഞാസ ശമിപ്പിക്കുവാനുദ്ദേശിച്ചുള്ളവ. ആധുനിക വിജ്ഞാനത്തിന്റെ വെളിച്ചത്തിൽ അത്തരം കഥകൾക്ക് അശേഷം പ്രസക്തിയില്ല. പ്രപഞ്ചവിജ്ഞാനീയത്തിന്റെ, ദാർശനികഛായയുള്ള ചില ആധുനിക സമസ്യകൾ പ്രശസ്ത ശാസ്ത്രചിന്തകനായ ഡോ സി ജി രാമചന്ദ്രൻ നായർ ക്രോഡീകരിക്കുന്നത് ഇപ്രകാരമാണ്. "ഈ മഹാപ്രപഞ്ചം തനിയേ ഉണ്ടായതാണോ? അതോ ആരെങ്കിലും സൃഷ്ടിച്ചതാണോ? അങ്ങനെ ഒരു സ്രഷ്ടാവുണ്ടായിരുന്നെങ്കിൽ മനസ്സിൽ എന്തു സങ്കൽപ്പമാണുണ്ടായിരുന്നത്? പ്രപഞ്ചത്തിന്റെ സ്ഥായിയായ സ്വഭാവമെന്ത്? അതിൽ മനുഷ്യനു വല്ല സ്ഥാനവുമുണ്ടോ? സമയത്തിന് ഒരു തുടക്കമുണ്ടോ? ഉണ്ടെങ്കിൽ അതിനു മുൻപ് എന്ത്? കാലത്തിന് ഒരു ഒടുക്കമുണ്ടോ? ഉണ്ടെങ്കിൽ അതിനു ശേഷമെന്ത്? വിശ്വത്തിന് അതിരുകളുണ്ടോ? ഉണ്ടെങ്കിൽ അതിനപ്പുറത്തെന്ത്? പ്രപഞ്ചം പരിമേയമോ, അപരിമേയമോ?"

പ്രപഞ്ചത്തെക്കുറിച്ച് രണ്ടു പ്രധാനവാദഗതികളാണ് ശാസ്ത്ര

ജ്ഞന്മാർക്കിടയിൽ നിലനിൽക്കുന്നത്. ഇതു രണ്ടും തന്നെ നിലവിൽ ലഭ്യമായ വിവരങ്ങളെയും അതിനെ അടിസ്ഥാനമാക്കിയുള്ള പഠനങ്ങളെയും ആസ്പദമാക്കിക്കൊണ്ടുള്ളതാണ്. പ്രപഞ്ചം എന്നും ഉണ്ടായിരുന്നു, ഉണ്ടായിരിക്കും എന്നതാണ് ആദ്യത്തേത്. സ്ഥിരസ്ഥിതി സിദ്ധാന്തം എന്നറിയപ്പെടുന്ന ഇതിന്റെ ഉപജ്ഞാതാവ് ഫ്രെഡ് ഹോയിൽ എന്ന ശാസ്ത്രജ്ഞനാണ്. കേൾക്കാൻ സുഖമുള്ളതാണ് ഈ സിദ്ധാന്തമെങ്കിലും ഇതിന് ആയുസ്സധികമുണ്ടായില്ല. പ്രപഞ്ചം വികസിച്ചുകൊണ്ടിരിക്കുന്നു എന്ന ചോദ്യംചെയ്യാനാകാത്ത കണ്ടുപിടുത്തം മൂലമാണത്. സ്ഥിരസ്ഥിതിസിദ്ധാന്തത്തിന്റെ വലിയൊരു വക്താവായ ഇന്ത്യൻ ശാസ്ത്രജ്ഞനാണ് ജയന്ത് നർലിക്കർ. ചില ഭേദഗതികളോടെ 'അർദ്ധസ്ഥിരപ്രപഞ്ചം' എന്നൊരു മാതൃകയാണ് അദ്ദേഹം പുതുതായി അവതരിപ്പിച്ചിരിക്കുന്നത്. പ്രപഞ്ചം വികസിക്കുന്നതുമൂലം ഗാലക്സികൾ അകന്നുപോകുമ്പോൾ 'ശൂന്യസ്ഥലം' നികത്താൻ പുതിയ ഗാലക്സികൾ ഉയിർക്കൊള്ളുമെന്നൊരു വാദവുമുണ്ട്. എന്നാൽ സ്ഥിരസ്ഥിതി സിദ്ധാന്തത്തെ നിഷ്പ്രഭമാക്കുംവിധമാണ് ശാസ്ത്രലോകത്ത് സ്തോഭജനകമായ 'മഹാവിസ്ഫോടന' സിദ്ധാന്തം അവതരിച്ചത്.

ഐൻസ്റ്റൈൻ ആപേക്ഷികതാസിദ്ധാന്തം ആവിഷ്കരിക്കുന്നതിനോടൊപ്പംതന്നെ പ്രപഞ്ചം വികസിക്കുന്നതായി കരുതാൻ പ്രേരിപ്പിക്കുന്ന സമവാക്യങ്ങൾ രൂപപ്പെട്ടുവന്നിരുന്നു. എന്നാൽ അദ്ദേഹത്തിനു തന്നെ അതു വിശ്വസിക്കാൻ പ്രയാസമായിരുന്നു. വർണ്ണരാജിയുടെ സഹായത്തോടെ നക്ഷത്രങ്ങളിലേക്കുള്ള അകലം കാണുന്ന വേളയിലാണ് നക്ഷത്രസമൂഹങ്ങൾ അകന്നുപോകുന്നു എന്ന അത്ഭുത പ്രതിഭാസം ശാസ്ത്രജ്ഞന്മാരുടെ ശ്രദ്ധയിൽപ്പെട്ടത്. 'ഡോപ്ലർ' പ്രഭാവമെന്നറിയപ്പെടുന്ന പ്രകാശതരംഗത്തിന്റെ പ്രത്യേകത (ശബ്ദതരംഗത്തിനും ഈ പ്രത്യേകതയുണ്ട്) യിൽ നിന്നാണ് ഇതു മനസ്സിലാക്കാൻ കഴിഞ്ഞത്. ഗാലക്സികൾ തമ്മിൽ ഒരു നിശ്ചിത വേഗതയിൽ അകന്നുകൊണ്ടിരിക്കുന്നു എന്നു പ്രഖ്യാപിച്ചത് എഡ്വിൻ ഹബ്ബിൾ എന്ന ശാസ്ത്രജ്ഞനാണ്. 'മഹാവിസ്ഫോടനം' എന്ന പേരിൽ അതു പ്രസിദ്ധമായി. ഈ സിദ്ധാന്തത്തിന്റെ എതിരാളികൾ പരിഹാസപൂർവം

മഹാവിസ്ഫോടനം

നൽകിയ വിശേഷണമാണ് അവസാനം അതിനു പേരായി വന്നത്. പ്രപഞ്ച വിജ്ഞാനീയത്തിലും അതൊരു മഹാസ്ഫോടനമായി.

ഇന്നു പൊതുവേ അംഗീകരിക്കപ്പെടുന്ന ഒന്നാണ് മഹാസ്ഫോടന സിദ്ധാന്തം. ഇതു പ്രകാരം ആദിയിൽ പ്രപഞ്ചപദാർഥങ്ങൾ ചുരുങ്ങി ഞെരുങ്ങി ഒന്നുമില്ലായ്മ എന്നു പറയാവുന്ന ഒരവസ്ഥയിലായിരുന്നു. അത് വൻമർദ്ദത്തിലും ഉഗ്രതാപത്തിലും വമ്പിച്ച വികാസത്തിനു പാത്രമായി. പദാർത്ഥങ്ങൾ ചുറ്റുപാടേക്കും വികസിച്ചു. സ്ഥലകാലങ്ങളുണ്ടായത് ഈ സ്ഫോടനത്തോടൊപ്പമാണ്. ഇന്നും വികാസം തുടരുകയാണ്. ഇതേ വേഗതയിൽ 'സ്ഥലകാലത്തെ' പിറകോട്ടോടിക്കുകയാണെങ്കിൽ ഏകദേശം 1400 കോടികൊല്ലം മുൻപാണ് മഹാസ്ഫോടനം നടന്നത്.

ഡോപ്ലർ പ്രഭാവം

ഒരു സ്രോതസ്സിൽ നിന്ന് നമ്മെ സമീപിച്ചുകൊണ്ടിരിക്കുന്ന ശബ്ദത്തിന്റെ തരംഗദൈർഘ്യം കുറഞ്ഞുവരുന്നു. അകന്നുപോകുന്തോറും അത് കൂടിക്കൂടി പോകും. നിർത്താതെ ചൂളം വിളിച്ചുകൊണ്ട് ഒരു തീവണ്ടി കടന്നുപോകുമ്പോൾ അതിന്റെ 'ശ്രുതി'(frequency, pitch) ഏറ്റവും കൂടുതലാകുക നമ്മോടേറ്റവും അടുത്തുവരുമ്പോഴാണ്. അകലുന്തോറും അതുകുറയും (ഫ്രീക്വൻസി കൂടുമ്പോൾ തരംഗദൈർഘ്യം കുറയുന്നു. ഫ്രീക്വൻസി കൂടുമ്പോഴാണ് 'ശ്രുതി' കൂടുന്നത്. ശബ്ദത്തിന്റെ വോള്യം കൂടുന്നതും ശ്രുതി കൂടുന്നതും ഒന്നല്ല) ഈ പ്രത്യേകതയ്ക്കാണ് 'ഡോപ്ലർ പ്രഭാവം' എന്നറിയപ്പെടുന്നത്.

ശബ്ദത്തിന്റെ ഈ പ്രത്യേകത പ്രകാശത്തിനും ബാധകമാണ്. സ്രോതസ്സിൽ നിന്നകന്നുപോകുന്തോറും പ്രകാശത്തിന്റെ ഫ്രീക്വൻസി കുറയും. അതുകൊണ്ട് പ്രകാശത്തിന്റെ വർണ്ണരാജി (spectrum) പരിശോധിച്ച് ഒരു വസ്തു അകന്നുപോകുകയാണോ അടുത്തുവരികയാണോ എന്ന് തിട്ടപ്പെടുത്താം.

സൃഷ്ടിയുടെ നാടകം തുടങ്ങുന്നു

അങ്കം 1. രംഗം 1: ആദിയിൽ സ്ഥലവും കാലവും പദാർഥവുമില്ലായിരുന്നു. പദാർഥമായി മാറാവുന്ന ഊർജ്ജം അനന്തസാന്ദ്രതയിലായിരുന്നു. ഈ അവസ്ഥയെ സിങ്കുലാരിറ്റി എന്നാണ് ശാസ്ത്രജ്ഞന്മാർ വിശേഷിപ്പിക്കുന്നത്. നമുക്കറിയാവുന്നതും വിഭാവന ചെയ്യാവുന്നതുമായ ഒരു നിയമത്തിനും ഇവിടെ പ്രസക്തിയില്ല (ഊഷ്മാവ് 10^{12} (ലക്ഷം കോടി) കെൽവിൻ, വലുപ്പം 10^{-23} സെന്റിമീറ്റർ, സമയം പൂജ്യം). തുടർന്ന്

സംഭവബഹുലമായ കാര്യങ്ങളാണ് ഝടുതിയിൽ നടന്നത്. ഈ സംഭവ പരമ്പരയെ 'സ്റ്റാന്റേഡ് മോഡൽ' എന്നാണു വിശേഷിപ്പിക്കുന്നത്.

രംഗം 2: സമയം തുടങ്ങി. നൂറിലൊന്നു സെക്കന്റ്. താപനില ലക്ഷം കോടിയിൽ നിന്ന് പതിനായിരം കോടി (10^{11})യായി കുറഞ്ഞു. ഇലക്ട്രോണിനു സമാനമായ കണങ്ങളും പ്രതികണങ്ങളുമുണ്ടായി. ഇലക്ട്രോൺ - ആന്റിഇലക്ട്രോൺ, പ്രോട്ടോൺ- ആന്റിപ്രോട്ടോൺ, ന്യൂട്രോൺ-ആന്റിന്യൂട്രോൺ എന്നിങ്ങനെ ഇവ തമ്മിൽ പ്രതിപ്രവർത്തിച്ചു. ഈ പ്രവർത്തനത്തെ യുഗ്മനാശം എന്നാണ് വിശേഷിപ്പിക്കുന്നത്. ഓരോ തരം കണത്തിനും പ്രതികണമുണ്ടെന്നത് തെളിയിക്കപ്പെട്ട ശാസ്ത്രീയവസ്തുതയാണ്.

രംഗം 3: പത്തിലൊന്നു സെക്കന്റ് കഴിഞ്ഞു. താപനില 3000കോടി കെൽവിനായി താഴ്ന്നു. പ്രോട്ടോണുകളുടെയും ന്യൂട്രോണുകളുടെയും രൂപത്തിൽ പദാർഥമുണ്ടായി; 38 ന്യൂട്രോണുകൾക്ക് 62 പ്രോട്ടോണുകൾ എന്ന അനുപാതത്തിൽ.

രംഗം 4: ഒരു സെക്കന്റു കഴിയുമ്പോൾ താപനില 1000കോടി കെൽവിനായി കുറഞ്ഞു. പ്രോട്ടോണുകളുടെയും ന്യൂട്രോണുകളുടെയും അനുപാതത്തിൽ വീണ്ടും വ്യത്യാസം: 24 ന്യൂട്രോണുകൾക്ക് 76 പ്രോട്ടോണുകൾ. പദാർഥത്തിന്റെ സാന്ദ്രത 4ലക്ഷം ഗ്രാം/ സി സിയായി കുറഞ്ഞു. ഇലക്ട്രോണിനും-പോസിട്രോണിനും സൃഷ്ടിയേക്കാൾ വേഗത്തിൽ നാശം സംഭവിച്ചു. അത് ഊർജ്ജ ഉൽപ്പാദനത്തിനു കാരണമാകുകയും തണുക്കൽ പ്രക്രിയ സാവധാനത്തിലാകുകയും ചെയ്തു.

രംഗം 5: 14 സെക്കന്റുകൾക്കുള്ളിൽ ഊഷ്മാവ് 300കോടി K യായി വീണ്ടും കുറഞ്ഞു. ഒരു പ്രോട്ടോണും ഒരു ന്യൂട്രോണുമുള്ള ഡ്യൂട്ടീരിയം ന്യൂക്ലിയസ്സുകളുണ്ടായിത്തുടങ്ങി - ഹെവി ഹൈഡ്രജൻ ന്യൂക്ലിയസ്. തുടർന്ന് രണ്ടു ഡ്യൂട്ടീരിയം ന്യൂക്ലിയസ്സുകൾ ചേർന്ന് 2 പ്രോട്ടോണും 2 ന്യൂട്രോണുമടങ്ങുന്ന ഹീലിയം അണുകേന്ദ്രങ്ങൾ രൂപപ്പെട്ടു.

രംഗം 6: മൂന്നു മിനിറ്റു കൊണ്ട് താപനില 100കോടി കെൽവിനായി 'തണുത്തു'; സൂര്യന്റെ കാമ്പിലെ ചൂടിന്റെ 70 ഇരട്ടി. താപനില കുറഞ്ഞതുമൂലം ഡ്യൂട്ടീരിയത്തിന്റെയും ഹീലിയത്തിന്റെയും അണുകേന്ദ്രങ്ങൾക്ക് കൂട്ടിയിടിയിൽ തകരാതെ പിടിച്ചുനിൽക്കാമെന്നായി. പ്രോട്ടോൺ അനുപാതം 14-86 എന്നായി. ഹീലിയത്തിനു പുറമേ കുറഞ്ഞ അളവിൽ ലിഥിയവുമുണ്ടായിക്കാണാം. ഈ ദ്രവ്യം നാനാഭാഗത്തേക്കും പലായനം ചെയ്തുകൊണ്ടിരുന്നു. അതു തുടർന്നു. ഒന്നാമങ്കം അവസാനിച്ചു.

ഇടവേള

അങ്കം 2: ഏതാനും ലക്ഷം വർഷങ്ങൾക്കു ശേഷം.

താപനില മതിയാംവണ്ണം താണ് 4000 കെൽവിൻ ആയി; ഇലക്ട്രോണുകൾ അണു കേന്ദ്രത്തിനു ചുറ്റും വിന്യസിക്കപ്പെടുകയും ഹൈഡ്രജന്റെയും ഹീലിയത്തിന്റെയും ആറ്റങ്ങൾ രൂപീകൃതമാവുകയും ചെയ്തു. ക്രമേണ ഗുരുത്വബലത്തിന്റെ പ്രഭാവം അനുഭവപ്പെട്ടു തുടങ്ങി. അത് ഗാലക്സികളും ഗാലക്സികൾക്കകത്ത് നക്ഷത്രങ്ങളും രൂപീകൃതമാകാൻ കാരണമായി.

ഗാലക്സികളും നക്ഷത്രങ്ങളും പരസ്പരം അകന്നുകൊണ്ടിരിക്കുന്നു എന്ന കണ്ടെത്തലാണ് ഈ സിദ്ധാന്തത്തിന്റെ ആദ്യതെളിവ്. നേരത്തെ സൂചിപ്പിച്ചതുപോലെ, ഗാലക്സികളുടെ അകന്നുപോകുന്ന അവസ്ഥയെ ഒരു വീഡിയോടേപ്പ് റീവൈൻഡു ചെയ്യുന്നതുപോലെ പിന്നോട്ടോടുന്നതായി വിഭാവന ചെയ്താണ് ഈ 'മോഡൽ' സൃഷ്ടിച്ചിരിക്കുന്നത്.

ഇത്തരമൊരവസരത്തിൽ ഊർജ്ജം മൈക്രോവേവ് രൂപത്തിൽ ആയിരിക്കണം. ഈ ഒരവസ്ഥ 1948-ൽ പ്രവചിക്കപ്പെട്ടിരുന്നു. 1965-ൽ അത് പരീക്ഷണ നിരീക്ഷണങ്ങളിലൂടെ ശരിവച്ചു. ഇതോടെ മഹാവിസ്ഫോടനത്തിന് കൂടുതൽ സ്വീകാര്യത കൈവന്നു.

പ്രപഞ്ചത്തിൽ അണുഭാരം കുറഞ്ഞ മൂലകങ്ങളുടെ അനുപാതം കൂടുതലാണ്. ആദ്യത്തെ മൂന്നുമിനിറ്റിലെ പ്രപഞ്ചമാറ്റങ്ങളുടെ തുടർച്ചയായി കണക്കിലെടുക്കുകയാണെങ്കിൽ ഇന്നത്തെ അവസ്ഥ അതുമായി ഒത്തുപോകുന്നതാണ്. മാത്രമല്ല ഗാലക്സികളുടെ രൂപീകരണത്തെക്കുറിച്ചുള്ള പുതിയ ഗവേഷണ നിരീക്ഷണ പഠനങ്ങളും ഈ സിദ്ധാന്തത്തെ ശരിവയ്ക്കുന്നു.

ശാസ്ത്രത്തിന്റെ ഒരു പ്രത്യേകത അതിന് അടിസ്ഥാനഗ്രന്ഥങ്ങളില്ല എന്നതാണ്. ഏതു സിദ്ധാന്തവും തിരുത്തലുകൾക്കു വിധേയമാണ്. അതാണ് വളർച്ചയുടെ രഹസ്യം. അരിസ്റ്റോട്ടിലിന്റെ സിദ്ധാന്തങ്ങളെ ഗലീലിയോക്ക് തിരുത്താൻ സ്വാതന്ത്ര്യമുണ്ട്. ന്യൂട്ടന്റെ സിദ്ധാന്തത്തിലെ പിഴവുകൾ ചൂണ്ടിക്കാണിക്കാൻ ഐൻസ്റ്റൈന് അവകാശമുണ്ട്. ഉപകരണങ്ങളുടെ പരിഷ്കരണത്തിനൊത്ത്, പുതിയ പുതിയ വിവരങ്ങൾ ശേഖരിക്കപ്പെടുന്നതിനൊത്ത് അറിവുകൾ തിരുത്താനും പരിഷ്കരിക്കാനും സ്വാതന്ത്ര്യമുള്ളതുകൊണ്ടാണ് ശാസ്ത്രം വളരുന്നത്, സാങ്കേതികവിദ്യകൾ വികസിക്കുന്നത്, ജീവിതം കൂടുതൽ സുഖകരമാകുന്നത്. മറിച്ച് വേദങ്ങളിലും പുരാണങ്ങളിലും മറ്റുമുള്ള അറിവുകൾ പഴയ ഒരു കാലഘട്ടത്തിൽ ശീതീകരിക്കപ്പെട്ടതാണ്. അത് വളർച്ച മുരടിച്ചതാണ്. വിശ്വാസങ്ങളുടെ തടവറയിൽ അറിവുകൾ തളച്ചിടപ്പെടരുത്.

3

ഗാലക്സികൾ

ഉപകരണങ്ങളുടെ കാര്യക്ഷമത വർദ്ധിച്ചുവരുന്തോറും ലഭ്യമായ വിവരങ്ങൾ കൂടുതൽ വ്യക്തതയും കൃത്യതയുമുള്ളതായിമാറും. ദൃശ്യ പരിധി വർദ്ധിക്കാനും കൂടുതൽ വസ്തുക്കളെ കണ്ടുമുട്ടാനും കൂടുതൽ കാര്യങ്ങൾ മനസ്സിലാക്കുവാനും ഇതുമൂലം സാധ്യമാകുന്നു.

അടുത്തുള്ള ഗ്രഹങ്ങളെക്കുറിച്ചുള്ളതിനേക്കാൾ നമുക്കു കൂടുതൽ മനസ്സിലാക്കാൻ കഴിയുന്നത് അകലെയുള്ള നക്ഷത്രങ്ങളെക്കുറിച്ചാണ്. ഇതിനു പ്രധാനമായും രണ്ടു കാരണങ്ങളാണുള്ളത്. ഒന്ന് നക്ഷത്രങ്ങളിലെ പദാർഥങ്ങളിൽ അടിസ്ഥാന ഘടകമായ ആറ്റങ്ങൾക്ക് ഘടന നഷ്ടപ്പെട്ട് ഇലക്ട്രോണുകൾ സ്വതന്ത്രമായി വർത്തിക്കുന്നു. ഇതു പ്ലാസ്മയായിട്ടാണ് നിലനിൽക്കുന്നത്. പ്ലാസ്മയെ

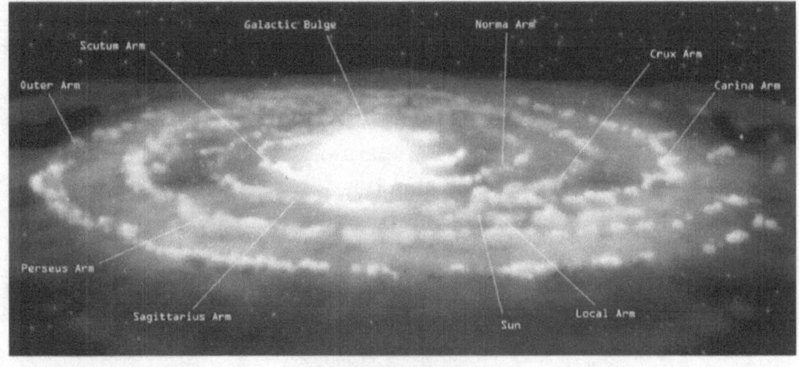

ആകാശഗംഗ
നമ്മുടെ ഗാലക്സി

ക്കുറിച്ചു പഠിക്കുന്നത് തന്മാത്രകളെക്കുറിച്ചു പഠിക്കുന്നതിനേക്കാൾ എളുപ്പമാണ്.

രണ്ടാമത് നക്ഷത്രങ്ങളുടെ എണ്ണക്കൂടുതലാണ്. പലപ്രായത്തിലുള്ള നക്ഷത്രങ്ങളുള്ളതുകൊണ്ട് ഓരോ പ്രായത്തിലുമുള്ളവയെക്കുറിച്ച് പ്രത്യേകമായി പഠനം നടത്താം. നക്ഷത്രങ്ങളുടെ ആയുസ്സ് കോടാനുകോടി വർഷങ്ങളും മനുഷ്യന്റേത് ഏതാനും വർഷങ്ങൾ മാത്രവുമാകയാൽ ഒരു നക്ഷത്രത്തെ നിരീക്ഷിച്ച് ജാതകമെഴുതുക അസാധ്യമാണ്.

മഹാവിസ്ഫോടനത്തിന്റെ ആദ്യ മൂന്നുമിനിറ്റുകൾക്കവസാനം അവശേഷിച്ച പദാർഥമാണ് നക്ഷത്രങ്ങളുടെ (ഗാലക്സികളുടെയും) ആദിമഘടകം എന്നു സൂചിപ്പിച്ചിരുന്നുവല്ലോ. അതിൽ നാലിൽ മൂന്നു ഭാഗം ഹൈഡ്രജനും നാലിലൊന്ന് ഹീലിയവും അടങ്ങുന്നതായിരുന്നു. മഹാവിസ്ഫോടന സിദ്ധാന്തത്തോടു യോജിക്കാത്ത സ്ഥിരസ്ഥിതി സിദ്ധാന്തക്കാരും ഇക്കാര്യത്തിൽ യോജിപ്പുള്ളവരാണ്. മൈക്രോവേവ് റേഡിയേഷന്റെ കണ്ടുപിടിത്തമാണ് പ്രപഞ്ചത്തിന് ഒരു തുടക്കമുണ്ടായിരുന്നു എന്നു വിശ്വസിക്കാൻ ശാസ്ത്രജ്ഞന്മാരെ പൊതുവേ നിർബന്ധിതരാക്കിയത്.

ഗാലക്സികളുടെ രൂപീകരണം സംബന്ധിച്ച് പല അവ്യക്തതകളും നിലനിൽക്കുന്നുണ്ട്. നക്ഷത്രങ്ങളിൽ അടങ്ങിയിരിക്കുന്നതിനേക്കാൾ എത്രയോ മടങ്ങു കൂടുതൽ പദാർഥങ്ങൾ അവയിൽ നിറഞ്ഞിരിക്കുന്നുണ്ട്. അതിലൊന്നായ തമോദ്രവ്യം (dark matter) അദൃശ്യവും സ്വഭാവമെന്തെന്ന് ഇനിയും നിർണ്ണയിച്ചിട്ടില്ലാത്തതുമാണ്.

മഹാവിസ്ഫോടനത്തിനു ശേഷം പ്രപഞ്ചവസ്തുക്കൾ പരസ്പരം അകന്നുപൊയ്ക്കൊണ്ടിരിക്കുന്നത് ഇന്നും തുടരുകയാണ്. കേക്കിന്റെ മാവ് ഈസ്റ്റിന്റെ പ്രവർത്തനത്താൽ ചീർത്തുവരുമ്പോൾ അതിലടങ്ങിയ പഴക്കഷണങ്ങൾ അകലുന്നതുപോലെയാണ് ഗാലക്സികൾ അകന്നുപോകുന്നത്. അതിന്റെ ആപേക്ഷിക സ്ഥാനങ്ങൾക്ക് മാറ്റം വരുന്നതുമില്ല.

നക്ഷത്രങ്ങളും പൊടിപടലങ്ങളും വാതകപടലങ്ങളുമടങ്ങുന്ന ഒരു ബൃഹത്തായ സമ്മേളനവേദിയാണ് ഗാലക്സികൾ. വാതകമേഘം സങ്കോചിച്ച് ഒരു സമയം ഒരു നക്ഷത്രമേ രൂപംകൊള്ളൂ എന്നില്ല. ആയിരക്കണക്കിനു നക്ഷത്രങ്ങൾക്കു ജന്മം നൽകാൻ വേണ്ടത്ര ദ്രവ്യമുള്ള ഒരു വൻവാതകമേഘം ഗുരുത്വാകർഷണത്താൽ സാന്ദ്രതയേറിയ കഷണങ്ങളായി പിളരും. ഓരോന്നും സങ്കോചിച്ച് ഓരോ നക്ഷത്രവും മൊത്തത്തിൽ ഒരു നക്ഷത്രസമൂഹവും രൂപംകൊള്ളും (ഇവിടെ നക്ഷത്രസമൂഹമെന്നതുകൊണ്ട് ഉദ്ദേശിക്കുന്നത് രാശി (constellation) അല്ല. രാശികൾ നമ്മുടെ കാഴ്ചയുടെ പരിമിതികൊണ്ട് കൂട്ടമാണ് എന്നു തോന്നുന്നതാണ്; അവ പല തലത്തിൽ പല അകലത്തിൽ സ്ഥിതി ചെയ്യുന്നവയാണ്.)

നാം നോക്കുമ്പോൾ കാണുന്ന ആകാശഭാഗം, ആകാശഗംഗ, ക്ഷീരപഥം (Milky Way) എന്നെല്ലാമറിയപ്പെടുന്ന ഗാലക്സിയുടെ ചെറിയൊരു ഭാഗമാണ്. ഗാലക്സിയുടെ അകത്തു നിൽക്കുന്ന നമുക്ക് അ

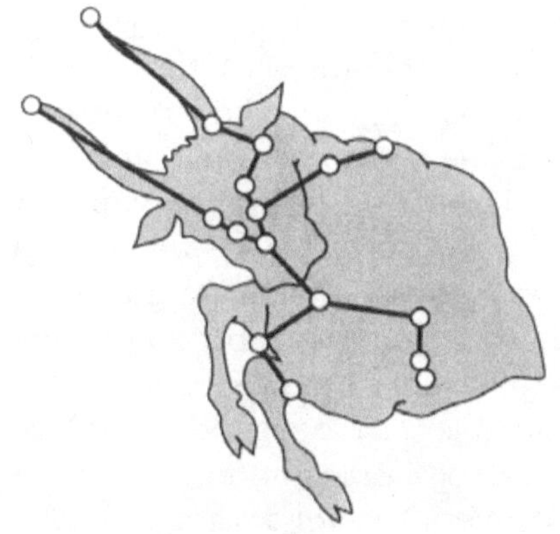

ഒരു കാളക്കൂറ്റന്റെ ആകൃതി തോന്നിക്കുന്ന നക്ഷത്രജാലം
ഇടവരാശി

തിന്റെ പൊതുരൂപം കാണാനാവില്ല. മാത്രമല്ല ഇതിനകത്തുള്ള പൊടിപടലങ്ങളും ഇരുണ്ട മേഘങ്ങളും മറ്റും കാരണം പുറത്തേക്കുള്ള കാഴ്ച മുക്കാലും മറഞ്ഞിരിക്കുകയുമാണ്. എങ്കിൽപ്പോലും ഇടയിലൂടെ ചില ഗാലക്സികളെയും ചില നക്ഷത്രങ്ങളെയും ശക്തിയേറിയ ഉപകരണങ്ങളുപയോഗിച്ച് കണ്ടെത്താം. പ്രപഞ്ചത്തിന്റെ അപാരശൂന്യതയിൽ അവിടവിടെ കൂടിക്കിടക്കുന്ന പദാർഥങ്ങളുടെ 'മരുപ്പച്ച'കളാണ് ഗാലക്സികൾ. തറച്ചക്രം (പടക്കം) പോലെ കറങ്ങുന്ന ഗാലക്സികൾക്കകത്താണ് നക്ഷത്രങ്ങളും ഗ്രഹങ്ങളും ഉപഗ്രഹങ്ങളും രൂപംകൊള്ളുന്നത്.

താരസമൂഹങ്ങളെ (galaxy) അവയുടെ ആകൃതിക്കും സ്വഭാവത്തിനുമനുസരണമായി പലതായി തരംതിരിച്ചിട്ടുണ്ട്. ക്രമബദ്ധം (regular), ക്രമവിരുദ്ധം (irregular), ദീർഘവൃത്തം (elliptical), വർത്തുളം (spiral) എന്നിങ്ങനെ പോകുന്നു അതിന്റെ തരംതിരിവുകൾ.

ഗാലക്സികളുടെ ആകൃതി എന്നപോലെ വലിപ്പവും വ്യത്യസ്തമാണ്. ഏതാനും ആയിരം പ്രകാശവർഷം മുതൽ ലക്ഷക്കണക്കിനു പ്രകാശവർഷം വരെ വ്യാസമുള്ളവ. ഗാലക്സികൾ അതിന്റെ കേന്ദ്രത്തെ ആധാരമാക്കി ചുറ്റിത്തിരിയുന്നുണ്ട്. അതിനകത്തുള്ള നക്ഷത്രങ്ങൾക്ക് ഓരോന്നിനും അതിന്റേതായ പഥവും വേഗതയുമുണ്ട്. ചില ഗാലക്സികളുടെ കേന്ദ്രം വലിയ ഊർജ്ജസംഭരണികളാണ്. ഇവയെ പ്രസരിപ്പുള്ളവ (active) എന്നു വിശേഷിപ്പിക്കാറുണ്ട്. ഇതിൽ ചിലതിൽ നിന്ന് ശക്തിയായ റേഡിയോതരംഗങ്ങൾ ഉൽസർജ്ജിക്കപ്പെടുന്നുണ്ട്. ക്വാസറുകൾ (quasi stellar objects) എന്നു വിളിക്കുന്ന പ്രകാശമാനമായ ഗാലക്സികൾ പ്രസരിപ്പുള്ള വിഭാഗത്തിൽപ്പെടുന്നതാണ്. കാഴ്ചയിൽ നക്ഷത്രങ്ങൾ പോലെയിരിക്കുന്ന ഇവയിൽനിന്നുള്ള പ്രകാശവികിരണം നക്ഷത്രങ്ങളുടേതിനേക്കാൾ പതിന്മടങ്ങാണ്. ആദ്യം കണ്ടെത്തിയ ക്വാസറിനെ 3C-273 എന്നാണ് നാമകരണം ചെയ്തിട്ടുള്ളത്. ഇത്ര കൂടിയ അളവിൽ അവ ഊർജ്ജം വികിരണം ചെയ്യപ്പെടുന്നതെന്തുകൊണ്ട് എന്നത് ഇന്നും അജ്ഞാതമാണ്. അതിനു പിന്നിൽ അതിശക്തമായ ഗുരുത്വാകർഷണമാണെന്നാണ് ചിലർ അഭിപ്രായപ്പെടുന്നത്. ഗുരുത്വബലത്തിനു വിധേയമായി സങ്കോചിക്കുന്ന ഭാരിച്ച ഒരു വസ്തുവിന് ഊർജ്ജസ്രോതസ്സായി വർത്തിക്കാൻ കഴിയുമെന്ന് ശാസ്ത്രജ്ഞന്മാർക്ക് അഭിപ്രായമുണ്ട്.

കന്യകാരൂപമുള്ള
നക്ഷത്രജാലം
കന്നിരാശി

സൗരയൂഥം അംഗമായിട്ടുള്ള ഗാലക്സിയാണ് ക്ഷീരപഥം (Milky Way). സർപ്പിളാകൃതിയുള്ള അതിന് ഒരു ലക്ഷം പ്രകാശവർഷം വ്യാസമുണ്ട്. നമ്മുടെ ഗാലക്സിക്ക് അടുത്തുള്ള മറ്റൊന്നാണ് മുപ്പതിനായിരം പ്രകാശവർഷം വ്യാസമുള്ള വലിയ മെഗലാനിക് മേഘം (large magellanic cloud). ഇത് ക്രമരഹിതമാണ്. ഇവ തമ്മിലുള്ള അകലം 17ലക്ഷം പ്രകാശവർഷമാണ്. അകലത്തിൽ തൊട്ടടുത്തുള്ളത് 20 ലക്ഷം പ്രകാശവർഷമകലെ സ്ഥിതിചെയ്യുന്ന 20000 പ്രകാശവർഷം വ്യാസമുള്ള ചെറിയ മഗല്ലനിക് മേഘം (small magellenic cloud) ആണ്. ഗാലക്സികളും പരസ്പരം ഗുരുത്വാകർഷണം ചെലുത്തുന്നുണ്ട്. അങ്ങനെ ആകർഷണം ചെലുത്തുന്ന ഗാലക്സികൾ കൂട്ടമായിട്ടാണ് നിലകൊള്ളുന്നത്. ഇരുപത്തിഅഞ്ചെണ്ണമെങ്കിലുമുള്ള ഒരു പ്രാദേശിക സംഘത്തിലുൾപ്പെടുന്നതാണ് (local group) നമ്മുടെ ഗാലക്സി. ആയിരക്കണക്കിനു ഗാലക്സികൾ ഉൾപ്പെടുന്ന ഭീമാകാരന്മാരാണ് കന്നിക്കൂട്ടം (Virgo cluster), കോമക്കൂട്ടം (Coma Cluster) എന്നിവ.

കോമക്കൂട്ടം (Coma Cluster)
ആയിരക്കണക്കിനു ഗാലക്സികൾ ഉൾപ്പെടുന്ന ഭീമാകാരമായ നക്ഷത്രക്കൂട്ടം

ക്ഷീരപഥത്തിനു സമാനമായി സർപ്പിളാകൃതിയുള്ള മറ്റൊന്നാണ് ആൻഡ്രോമേഡ. 29ലക്ഷം പ്രകാശവർഷം അകലെ സ്ഥിതിചെയ്യുന്ന ഇതിന്റെ വ്യാസം 2ലക്ഷം പ്രകാശവർഷമാണ്. നഗ്നനേത്രങ്ങൾ കൊണ്ടു നമുക്കു കാണാവുന്ന ഏറ്റവും അകലെയുള്ള വസ്തുവും ആൻഡ്രോമേഡാ ഗാലക്സിയാണ്.

ക്ഷീരപഥം (Milky Way)

ക്ഷീരപഥമെന്നും ആകാശഗംഗ എന്നുമറിയപ്പെടുന്ന നമ്മുടെ ഗാലക്സി തെളിഞ്ഞ രാത്രിയിലെ മനോഹരദൃശ്യമാണ്. വെളിച്ചം കലക്കിയൊഴിച്ചപോലെ ആകാശത്തിനു കുറുകേ കാണുന്ന ഇത് മേഘമാണെന്ന് ഒറ്റനോട്ടത്തിൽ തോന്നിയേക്കാം. സ്വർഗത്തിലേക്കുള്ള മാലാഖമാരുടെ പാത എന്ന് ആദിമക്രിസ്ത്യാനികൾ ഇതിനെ വിശേഷിപ്പിച്ചിരുന്നു. അതുപോലെ ഓരോ ജനവിഭാഗത്തിനും അവരവരുടെ ഭാവനയ്ക്കനുസരിച്ചുള്ള സങ്കൽപ്പകഥകൾ ഉണ്ട്. നാം കാണുന്ന നക്ഷത്രങ്ങളെല്ലാം തന്നെ ആകാശഗംഗയിലുള്ളതാണ്. നഗ്നനേത്രങ്ങൾക്കു വേർതിരിച്ചറിയാൻ കഴിയാത്ത അന്യഗാലക്സികളിലെ നക്ഷത്രങ്ങളെ ഏറ്റവും ശക്തിയേറിയ ദൂരദർശിനികളിലൂടെയേ നിരീക്ഷിക്കാൻ കഴിയൂ. നമ്മുടെ ഗാലക്സിക്കു വെളിയിൽ നമ്മുടെ കണ്ണുകൾക്കു കാണാവുന്ന മൂന്നു വസ്തുക്കളേയുള്ളു. അത് വലിയ മെഗലാനിക് ക്ലൗഡ്, ചെറിയ മെഗലാനിക് ക്ലൗഡ്, ആൻഡ്രോമേഡാ ഗാലക്സി എന്നിവയാണ്. 1400കോടിയിൽ താഴെ വർഷം പ്രായമാണ് ഇതിനു കണക്കാക്കിയിട്ടുള്ളത്.

തളിക രൂപത്തിലുള്ള ക്ഷീരപഥത്തിന്റെ നടുഭാഗം തടിച്ചതും വക്കുകൾ നേർത്തതുമാണ്. വെള്ളയപ്പം പോലെ എന്നു പറയാം. ഇതിന് വർത്തുളമായ രണ്ടു കരങ്ങളുമുണ്ട്. ഒരുലക്ഷം പ്രകാശവർഷം വ്യാസമുള്ള ക്ഷീരപഥത്തിന്റെ കേന്ദ്രത്തിൽനിന്ന് ഏകദേശം 30000 പ്രകാശവർഷം അകലെയാണ് സൗരയൂഥം സ്ഥിതിചെയ്യുന്നത്. വലുതും ചെറുതുമായ പതിനായിരക്കണക്കിനു കോടി നക്ഷത്രങ്ങളടങ്ങിയതാണത്രേ ഇത്. അകലം കൊണ്ടു മാത്രമല്ല, പൊടിപടലങ്ങൾ ഉള്ളതുകൊണ്ടു കൂടിയാണ് അനേകായിരം നക്ഷത്രങ്ങളെ നമുക്കു കാണാൻ കഴിയാത്തത്. നക്ഷത്രങ്ങളധികവും കേന്ദ്രീകരിച്ചിരിക്കുന്നത് ഗാലക്സിയുടെ മധ്യഭാഗത്താണ്. പിറവിയെടുക്കുന്ന ഗാലക്സിയിലെ നക്ഷത്രങ്ങളധികവും കരങ്ങളിലാണ് സ്ഥിതിചെയ്യുന്നത്. പുതിയ നക്ഷത്രക്കൂട്ടങ്ങൾ ജന്മമെടുക്കുന്ന മേഖലകൾ പലതും കണ്ടുപിടിക്കപ്പെട്ടിട്ടുണ്ട്. അതിനു പേരുകളും നൽകിയിട്ടുണ്ട്. എടവം രാശിയിലുള്ള പ്ലിയാഡിസ്, ഹയാഡീസ് എന്നിവ, കർക്കടക രാശിയിലെ പ്രീസെപ്പെ എന്നിവ നഗ്നനേത്രങ്ങൾ കൊണ്ടുതന്നെ കാണാവുന്നവയാണ്. പ്ലിയാഡിസ് 400 പ്രകാശവർഷമകലെയാണ് സ്ഥിതിചെയ്യുന്നത്. 300നും 500നും

ഇടയ്ക്കു നക്ഷത്രങ്ങളാണ് ഇവിടെ രൂപം കൊള്ളുന്നത്. ഈ നക്ഷത്രങ്ങൾക്കു ചുറ്റും കാണുന്ന മങ്ങിയ പരിവേഷം നക്ഷത്രങ്ങളുടെ വെളിച്ചം വാതകമേഘങ്ങളിൽ തട്ടി പ്രതിഫലിക്കുന്നതാണ്, അല്ലാതെ അവ സ്വയം പ്രകാശിതമല്ല.

മറ്റു ഗാലക്സികളിലെന്ന പോലെ ക്ഷീരപഥത്തിലുമടങ്ങിയിരിക്കുന്ന പദാർഥത്തിലെ ഭീമമായ പങ്കും പൊടിയും വാതകമേഘങ്ങളുമാണ്. ഇത് നക്ഷത്രങ്ങൾക്കിടയിലുള്ള ശൂന്യതയിൽ പടർന്നു കിടക്കുന്നു. ഭൂമിയിൽ നമുക്കു സൃഷ്ടിക്കാവുന്ന ഏറ്റവും കുറ്റമറ്റ ശൂന്യത (vacuum) പോലും അതിനേക്കാൾ സാന്ദ്രമാണ്.

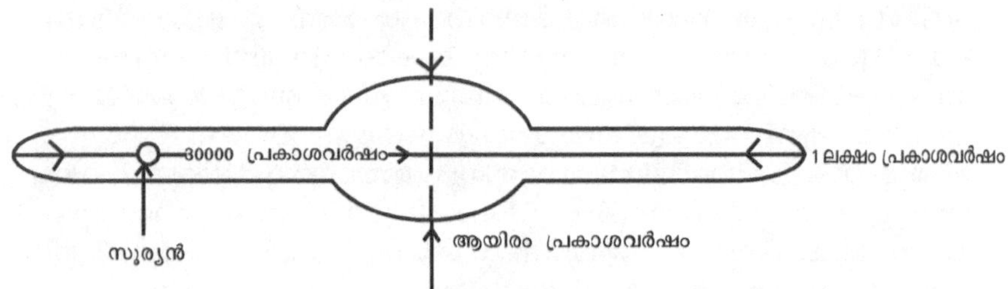

4

നക്ഷത്രങ്ങൾ

പ്രപഞ്ചത്തിലെ അളവുകൾ സാധാരണഗതിയിൽ നമുക്കു വിഭാവന ചെയ്യാവുന്നതിനപ്പുറമാണ്. പ്രകാശം ഒരു നിശ്ചിത സമയം കൊണ്ട് സഞ്ചരിക്കുന്ന ദൂരമാണ് അതിന്റെ ഏകകം (unit). ഉദാഹരണത്തിന് പ്രകാശം ഒരു സെക്കന്റിൽ സഞ്ചരിക്കുന്ന ദൂരം 3ലക്ഷം കിലോമീറ്ററാണ്. ഈ ദൂരത്തെ ഒരു പ്രകാശ സെക്കന്റ് എന്നു പറയാം. ചന്ദ്രനിലേക്ക് ഭൂമിയിൽനിന്നുള്ള ദൂരം ഏതാണ്ട് നാല് ലക്ഷം കിലോമീറ്ററാണ്. ചന്ദ്രനിൽനിന്ന് പ്രകാശം അവിടെ എത്താൻ $1^{1}/_{3}$ സെക്കന്റ് സമയമെടുക്കും. അതുകൊണ്ട് ചന്ദ്രനിലേക്കുള്ള ദൂരത്തെ $1^{1}/_{3}$പ്രകാശ സെക്കന്റ് എന്നു പറയാം. സൂര്യനിൽനിന്ന് പ്രകാശം ഭൂമിയിലെത്താൻ 8.3 മിനിറ്റെടുക്കും (15കോടി കിമീ). സൂര്യനിൽനിന്ന് ഏറ്റവും അടുത്തുള്ള നക്ഷത്രം 'പ്രോക്സിമ സെഞ്ചൂറി' (Proxima Centauri)യിലേക്കുള്ള ദൂരം 4 ലക്ഷം കോടി കിലോമീറ്ററാണ്. ഇത് എഴുതാനും പറയാനും ഉൾക്കൊള്ളാനും എളുപ്പമല്ല. പ്രകാശം ഇത്രയും ദൂരം സഞ്ചരിക്കാൻ $4^{1}/_{4}$വർഷമെ

പ്രോക്സിമസെന്റാറി
സൂര്യനോട് ഏറ്റവും അടുത്തു സ്ഥിതിചെയ്യുന്ന നക്ഷത്രം

ടുക്കും. അതുകൊണ്ട് പ്രോക്സിമ സെഞ്ചൂറിയിലേക്ക് സൂര്യനിൽ നിന്നുള്ള ദൂരം $4^1/_4$ പ്രകാശവർഷം എന്ന് സൗകര്യപൂർവം പറയാം. മറ്റൊരർഥത്തിൽ മനസ്സിലാക്കിയാൽ നാം നോക്കുമ്പോൾ കാണുന്ന പ്രോക്സിമ സെഞ്ചൂറി $4^1/_4$ വർഷം മുൻപുള്ളതാണ്. നാം നോക്കുമ്പോൾ കാണുന്ന സൂര്യൻ $8^1/_4$ മിനിറ്റു മുൻപുള്ളതാണ്. നാം നോക്കുമ്പോൾ കാണുന്ന ചന്ദ്രൻ $1^1/_4$ സെക്കന്റ് മുൻപുള്ളതാണ്. ചുരുക്കത്തിൽ നാം ആകാശത്തിലേക്കു നോക്കുമ്പോൾ കാണുന്നത് ഭൂതകാലമാണ് - സമീപ ഭൂതകാലവും വിദൂരഭൂതകാലവും.

സൂര്യനോട് (ഭൂമിയോട്) ഏറ്റവും അടുത്തുള്ള പത്തു നക്ഷത്രങ്ങളും അവ നിൽക്കുന്ന രാശിയും ദൂരവും പട്ടികയിൽ നൽകുന്നു.

നക്ഷത്രത്തിന്റെ പേര്	രാശി	ദൂരം (പ്രകാശവർഷം)
പ്രോക്സിമ സെന്റൂറി	സെന്റാറസ്	4.3
ആൽഫാ 1 സെന്റൂറി	”	4.3
ആൽഫാ 2 സെന്റൂറി	”	4.3
ബർനാഡ് നക്ഷത്രം	ഒഫ്യൂച്ചസ്	6.0
വുൾഫ് 359	ലിയോ	7.8
ലലാൻഡെ 21185	ഉർസാമേജർ	8.2
UV സെറ്റി A	സെറ്റസ്	8.4
UV സെറ്റി B	സെറ്റസ്	8.4
സിറിയസ് A	കാനിസ് മേജർ	8.6
സിറിയസ് B	കാനിസ് മേജർ	8.6

നക്ഷത്രത്തിന്റെ പ്രകാശം

പ്രകാശം കൂടിയതും കുറഞ്ഞതുമായ നക്ഷത്രങ്ങളെ നമുക്ക് ആകാശത്തു കാണാൻ കഴിയും. അത് ആപേക്ഷികമായി നമ്മുടെ കാഴ്ചയിൽ തോന്നുന്നതാണ്. പ്രകാശം കുറഞ്ഞ ഒരു നക്ഷത്രം നമ്മുടെ അടുത്തുള്ളതാണെങ്കിൽ അതിന് പ്രകാശം കൂടുതലുള്ളതായി നമുക്കു തോന്നും. അതേസമയം യഥാർഥത്തിൽ വളരെയേറെ പ്രകാശമുള്ള ഒരു നക്ഷത്രം വളരെ ദൂരത്തിലാണ് സ്ഥിതിചെയ്യുന്നതെങ്കിൽ അതിന്റെ പ്രകാശം മങ്ങിയതായേ നമുക്കു തോന്നൂ. ആപേക്ഷിക കാന്തിമാനം (magnitude) -3 -2 -1 0 1 2 3 എന്നീ തോതിലാണ് സൂചിപ്പിക്കുന്നത്. മാഗ്നിറ്റ്യൂഡ് 6നു മുകളിലുള്ള നക്ഷത്രങ്ങളെ നഗ്നനേത്രങ്ങൾ കൊണ്ടു കാണാൻ കഴിയുകയില്ല. 27വരെയുള്ള നക്ഷത്രങ്ങളെ മാത്രമേ ശക്തിയേറിയ ദൂരദർശിനികളിലൂടെയും കാണാൻ കഴിയൂ. സംഖ്യ വലുതാകുന്തോറും പ്രകാശം കുറയും. ഏറ്റവും പ്രകാശമുള്ള സൂര്യന്റേത് -27 ആ

ണ്. കേവലമായ പ്രകാശത്തിന്റെ തോത് ആപേക്ഷിക പ്രകാശവും ന ക്ഷത്രത്തിലേക്കുള്ള ദൂരവുമായി ബന്ധപ്പെടുത്തി പ്രകാശിപ്പിക്കുന്ന സംഖ്യയാണ്. ഒരു നക്ഷത്രം 32.6 പ്രകാശവർഷം അകലെയാണ് യ ഥാർഥത്തിൽ ഉള്ളതെങ്കിൽ നമുക്കു തോന്നുമായിരിക്കുന്ന പ്രകാശതീ വ്രതയാണ് കേവല കാന്തിമാനം (absolute magnitude). സൂര്യന്റെ കേ വലകാന്തിമാനം 4.8 ആണ്. റീഗൾ നക്ഷത്രത്തിന്റെ ആപേക്ഷിക കാ ന്തിമാനം 0.1 ഉം കേവല കാന്തിമാനം -7.1 ആണ്. അതിനർഥം റീഗൾ നക്ഷത്രം കാഴ്ചയിൽ മങ്ങിയതാണെങ്കിലും സൂര്യനേക്കാൾ അനേക മടങ്ങ് പ്രകാശമുള്ളതാണ് എന്നാണ്.

നക്ഷത്രങ്ങളുടെ നിറം

നക്ഷത്രങ്ങളുടെ ഉപരിതല ഊഷ്മാവിന്റെ തോതനുസരിച്ചാണ് അതിന്റെ നിറം. 10000°Cനു മുകളിലുള്ളവ വെളുത്ത നിറത്തിലാണ് കാ ണുന്നത്. അതേസമയം 3000°Cയിൽ താഴെയാണെങ്കിൽ ചുവപ്പു നിറമാ യിരിക്കും. സൂര്യന്റെ ഊഷ്മാവ് 6000°C ആണ്. അത് മഞ്ഞനിറത്തിലാ ണ് നാം കാണുന്നത്.

നക്ഷത്രത്തിൽനിന്നു വരുന്ന വെളിച്ചത്തിന്റെ അപഭ്രംശത്തിലൂടെ കിട്ടുന്ന വർണ്ണരാജിയെ (spectrum) വിശകലനം ചെയ്താണ് ഉപരിതല ഊഷ്മാവ് കണക്കാക്കുന്നത്. ഉപരിതല ഊഷ്മാവിലെ വ്യത്യാസ ത്തിന്റെ അവരോഹണക്രമത്തിൽ നക്ഷത്രങ്ങളെ O, B, A, F, G, K, M എന്നിങ്ങനെ വർഗീകരിച്ചിട്ടുണ്ട്. O ഗണത്തിലുള്ളതിന് 25000°C (നീല കലർന്ന വെള്ള) ആണെങ്കിൽ M ഗണത്തിലുള്ളതിന് 3000°C (ചുവപ്പ്) ആണ് (വർഗീകരണം അക്ഷരമാലയുടെ ക്രമമനുസരിച്ചല്ല). വർണ്ണരാ ജിയുടെ അടിസ്ഥാനത്തിലും കേവല പ്രകാശതീവ്രതയുടെ അടിസ്ഥാ നത്തിലും മറ്റുമുള്ള പഠനങ്ങളിലൂടെയാണ് നക്ഷത്രങ്ങളുടെ വലുപ്പം ക ണക്കാക്കുന്നത്.

ഭൂമിയാണ് പ്രപഞ്ചകേന്ദ്രമെന്ന വിശ്വാസം തകർത്തത് കോപ്പർനി ക്കസാണ്. എന്നാൽ സൂര്യകേന്ദ്രിതമായൊരു പ്രപഞ്ചസങ്കല്പമാണ് അദ്ദേഹം മുന്നോട്ടുവച്ചത്. അനേക ഗാലക്സികളിൽ ഒന്നുമാത്രമായ ക്ഷീരപഥത്തിലെ ഒരു നക്ഷത്രം മാത്രമാണ് സൂര്യൻ എന്നു തിരിച്ചറി ഞ്ഞപ്പോഴും അത് ആ ഗാലക്സിയുടെ കേന്ദ്രത്തിൽ ആണ് എന്നാണ് വിശ്വസിക്കപ്പെട്ടത്. സൂര്യൻ സ്ഥിതിചെയ്യുന്നത് ക്ഷീരപഥത്തിന്റെ കേന്ദ്രത്തിൽനിന്ന് 30000 പ്രകാശവർഷം അകലെയാണ്. ക്ഷീരപഥ ത്തിൽത്തന്നെ സൂര്യനിൽ നിന്ന് ഏറ്റവും അകലെ സ്ഥിതിചെയ്യുന്ന ഒരു നക്ഷത്രത്തിലേക്ക് പ്രകാശത്തിന്റെ വേഗതയിൽ 80000 വർഷം സഞ്ചരിക്കേണ്ടിവരും.

5

നക്ഷത്രങ്ങളുടെ ജാതകം

വാതകമേഘത്തിൽ നിന്നും ഒരു നക്ഷത്രം സങ്കോചിച്ചു രൂപം കൊള്ളുന്നതു മുതലുള്ള അതിന്റെ ജീവിതം (ജാതകം) നമുക്കൊന്നു പരിശോധിച്ചു നോക്കാവുന്നതാണ്. ഒരു നക്ഷത്രത്തെ മാത്രം നിരീക്ഷിച്ച് ഈ പരിശോധന നടത്താൻ സാധ്യമല്ല. പല പ്രായത്തിലുള്ള അനേകായിരം നക്ഷത്രങ്ങളെക്കുറിച്ചു പഠിച്ചാണിതു സാധ്യമാകുന്നതെന്നു നേരത്തെതന്നെ സൂചിപ്പിച്ചുവല്ലോ.

എപ്പോഴാണ് ഒരു നക്ഷത്രം ജനിച്ചു എന്നു പറയാവുന്നത്? അത് സ്വയം പ്രകാശിച്ചു തുടങ്ങുമ്പോൾത്തന്നെ. എപ്പോഴാണ് വാതകമേഘങ്ങൾ സാന്ദ്രീകരിച്ചുണ്ടാകുന്ന നക്ഷത്രം പ്രകാശിച്ചു തുടങ്ങുന്നത്? വാതകഗോളം സങ്കോചിച്ച് ചൂടായി പ്രകാശം പരത്താൻ തക്കവണ്ണം അത് ചൂടാകുമ്പോൾ ആദ്യം അത് ഇൻഫ്രാറെഡ് തരംഗങ്ങൾ മാത്രമാണ് ഉൽസർജിക്കുക. നിരന്തരം വികിരണം ചെയ്യാൻ വേണ്ടത്ര ഊർജ്ജം ഉൽപ്പാദിപ്പിക്കുവാൻ കഴിവുണ്ടെങ്കിൽ മാത്രമേ അതൊരു നക്ഷത്രമായി മാറുകയുള്ളു - അല്ലെങ്കിൽ വെറുമൊരു ചാപിള്ള.

നക്ഷത്രത്തിന്റെ പുറത്തെ ഊഷ്മാവിന്റെ എത്രയോ മടങ്ങാണ് അകത്തുള്ളത്. പുറത്ത് ഏതാനും ആയിരമാണെങ്കിൽ അകത്ത് ഏതാനും ദശലക്ഷമാണ്. ചെറിയ അണുകേന്ദ്രങ്ങൾ സംയോജിച്ച് വലിയ അണുകേന്ദ്രങ്ങളായി മാറുന്ന അണുസംലയന പ്രക്രിയയാണ് നക്ഷത്രങ്ങളിൽ നടക്കുന്നത്. ഹൈഡ്രജന്റെ അണുകേന്ദ്രങ്ങൾ യോജിച്ച് ഹീലിയത്തിന്റേതായി മാറുക, ഊർജ്ജം ഉൽസർജിക്കുക എന്നിവയാണ് ഇവിടെ നടക്കുന്ന പ്രവർത്തനം - ഒരു ഹൈഡ്രജൻ ബോംബിന്റേതു തന്നെ. പക്ഷെ ബോംബിലുണ്ടാകുന്നതു പോലുള്ള ഒരു പൊട്ടിത്തെറി ഇവിടെ സംഭവിക്കുന്നില്ല. ഗുരുത്വാകർഷണത്താൽ സംലയന പ്രക്രിയ

നിയന്ത്രിക്കപ്പെടുന്നതുമൂലം ഒരേ തോതിലാണ് പ്രവർത്തനം നടക്കുന്നതും ഊർജ്ജം വികിരണം ചെയ്യപ്പെടുന്നതും.

സൂര്യനെപ്പോലുള്ള ഒരു നക്ഷത്രത്തിന് അനവധി കോടി വർഷങ്ങളോളം ഒരേ രീതിയിൽ ഊർജ്ജം പ്രദാനം ചെയ്തു നിലനിൽക്കാൻ കഴിയും. അത്ര നിയന്ത്രിതമായിട്ടാണ് അതിൽ ഹൈഡ്രജൻ ഹീലിയമായി മാറുന്ന പ്രക്രിയ നടക്കുന്നത്. ഈ പ്രവർത്തനം നടക്കുമ്പോഴുണ്ടാകുന്ന മർദ്ദം മൂലമാണ് നക്ഷത്രങ്ങൾക്കകത്തുള്ള പദാർഥത്തിന്റെ പിണ്ഡത്തിനനുസരിച്ചുള്ള ഗുരുത്വാകർഷണത്തിന്റെ ഫലമായി നക്ഷത്രം ഉള്ളിലേക്കു കൂടുതൽ ചുരുങ്ങാതിരിക്കുന്നത്.

വാർദ്ധക്യവും മരണവും

ഒടുവിലൊരിക്കൽ നക്ഷത്രക്കാമ്പിലെ ഹൈഡ്രജൻ കത്തിത്തീരും. എല്ലാത്തിനും ജനനമരണങ്ങളുള്ളതുപോലെ നക്ഷത്രങ്ങളെയും അത്തരമൊരു സ്ഥിതി കാത്തിരിക്കുന്നുണ്ട്. നക്ഷത്രത്തിന്റെ അകത്തുള്ള ഹൈഡ്രജന്റെ സംലയനപ്രക്രിയ മന്ദീഭവിക്കുമ്പോൾ നക്ഷത്രം ഗുരുത്വാകർഷണം മൂലം ചുരുങ്ങുന്നു. എന്നാൽ ഈ ചുരുങ്ങൽ മൂലമുണ്ടാകുന്ന അത്യുഗ്രമായ ചൂട് (പത്തുകോടി ഡിഗ്രി) ഹീലിയത്തിന്റെ സംലയനത്തിനു കാരണമാകുകയും കാർബൺ അണുകേന്ദ്രമുണ്ടാകുകയും ചെയ്യുന്നു. നക്ഷത്രത്തെ സന്തുലനത്തിൽ നിർത്താൻവേണ്ട മർദ്ദം ഇതു മൂലമുണ്ടാകുന്നുണ്ട്. ചുരുങ്ങാനൊരുങ്ങിയ നക്ഷത്രം വീർക്കാൻ തുടങ്ങുകയാണ് അതിന്റെ ഫലം. വീർത്തുവീർത്ത് അതൊരു രാക്ഷസനായി മാറും.

നമ്മുടെ സൂര്യനേയും അത്തരമൊരന്ത്യം കാത്തിരിക്കുന്നുണ്ട്; ശതകോടി വർഷങ്ങൾക്കു ശേഷമേ അതു സംഭവിക്കാനിടയുള്ളൂ എന്നുമാത്രം. അന്ന് സൂര്യൻ വീർത്തുവീർത്ത് ബുധനെയും ശുക്രനെയും വിഴുങ്ങും. ഭൂമിയേയും അത് ഉള്ളിലാക്കിക്കൂടായ്കയില്ല. അഞ്ഞൂറു കോടി വർഷങ്ങൾകൊണ്ട് ഇതു സംഭവിച്ചേക്കാമെന്ന് ശാസ്ത്രലോകം കരുതുന്നു. എന്നാൽ അതിനിടയിൽ ശാസ്ത്രം കൈവരിക്കാനിടയുള്ള പുരോഗതി ഇന്നു നമുക്ക് സങ്കല്പിക്കാൻ പോലും കഴിയില്ല. ഒരുപക്ഷെ, പ്രപഞ്ചത്തിന്റെ ഏതെങ്കിലുമൊരു കോണിൽ സുരക്ഷിതമായൊരു താവളം നാമതിനകം കണ്ടെത്തിയെന്നിരിക്കും; അവിടെയെത്താനുള്ള യാനവും.

രാക്ഷസാവസ്ഥയിലെത്തിയ നക്ഷത്രത്തിൽ അണുസംലയനം ഇടയ്ക്കിടെ നിലയ്ക്കുകയും പുനരാരംഭിക്കുകയും ചെയ്യും. ഹീലിയം തീരാറായാൽ ജ്വലനം നിലയ്ക്കും, അത് സങ്കോചത്തിനിടയാക്കും, അപ്പോൾ ഊഷ്മാവു വർദ്ധിക്കും. വീണ്ടും ജ്വലനമാരംഭിക്കും. അവശിഷ്ട ഹീലിയം കാർബണുമായിച്ചേർന്ന് ഓക്സിജൻ അണുകേന്ദ്രങ്ങളുണ്ടാകും. അത് കൂടുതൽ അണുഭാരമുള്ള മൂലകങ്ങളുടെ അണുകേന്ദ്രങ്ങളുണ്ടാ

കാൻ കാരണമാകും. കേന്ദ്രത്തിനു ചുറ്റുമുള്ള പല അടുക്കുകളായിട്ടായിരിക്കും ഈ ഘട്ടത്തിൽ നക്ഷത്രത്തിന്റെ ഘടന. ഏറ്റവും പുറമെ താപനില കുറഞ്ഞ ഹൈഡ്രജൻ, തൊട്ടുതാഴെ ഹീലിയം, പിന്നെ കാർബൺ, ഓക്സിജൻ, നിയോൺ എന്നിങ്ങനെ അവസാനം കാമ്പിൽ ഏറ്റവും അണുഭാരം കൂടിയ ഇരുമ്പ്, കോബാൾട്ട്, നിക്കൽ തുടങ്ങിയ ലോഹമൂലകങ്ങൾ.

ഈ ഘട്ടം കഴിഞ്ഞാലുള്ള നക്ഷത്രങ്ങളുടെ ഭാവി അതിന്റെ വലിപ്പത്തെ ആശ്രയിച്ചാണിരിക്കുന്നത്. വലിപ്പം കൂടുന്തോറും അന്ത്യം ദയനീയമാണ്. കുറഞ്ഞ ദ്രവ്യമാനമുള്ള നക്ഷത്രങ്ങളുടെ അന്ത്യദശയിൽ അവയുടെ പുറംപാളികൾ ചെറുചെറു സ്ഫോടനങ്ങളുടെയും ആളലുകളുടെയും ഫലമായി കാമ്പിൽനിന്ന് അകന്നുപോകും. അത് നക്ഷത്രത്തിന്റെ കാമ്പിനു ചുറ്റും ഒരു പ്രകാശവലയമായി നിലകൊള്ളും. നക്ഷത്രങ്ങളുടെ പുറം പാളികളിൽ സ്ഫോടനങ്ങളും ആളലുകളുമുണ്ടാകുന്ന അവസ്ഥയിൽ അവയെ 'നോവേ' നക്ഷത്രങ്ങൾ (novae) എന്നു പറയുന്നു. അതിന്റെ പ്രകാശം ദീപ്തമായിരിക്കും. ലാറ്റിൻഭാഷയിൽ nova stella എന്നാൽ 'നവതാര' എന്നാണർഥം. 1918 ൽ അത്തരമൊന്നിനെ നഗ്നനേത്രങ്ങൾ കൊണ്ടുതന്നെ 'അക്വില'രാശിയിൽ കാണുകയുണ്ടായിട്ടുണ്ട്. ആകാശത്തിലെ ഏറ്റവും ശോഭയുള്ള നക്ഷത്രമായി അത് ആറു ദിവസം തിളങ്ങി.

സൂര്യനേക്കാൾ വളരെയേറെ ദ്രവ്യമാനമുള്ളതാണ് നക്ഷത്രമെങ്കിൽ (സൂര്യനിൽ അടങ്ങിയിരിക്കുന്ന ദ്രവ്യത്തിന്റെ അളവിനെ സൂചിപ്പിക്കുന്നത് സൗരദ്രവ്യമാനം എന്ന ഏകകമാണ് നക്ഷത്രത്തിന്റെ വലിപ്പത്തെ ദ്യോതിപ്പിക്കാനാണ് ഇതുപയോഗിക്കുന്നത്. ആ അവസ്ഥയിൽ അത് ആന്തരിക സന്തുലനം നിലനിർത്തുവാനാകാതെ പൊട്ടിത്തെറിക്കും. ഇതാണ് സൂപ്പർനോവ എന്നറിയപ്പെടുന്നത്. അത്തരമൊരു സ്ഫോടനത്തിൽ നക്ഷത്രത്തിനകത്തുള്ള ന്യൂട്രിനോകൾ എന്നറിയപ്പെടുന്ന കണങ്ങളും പുറത്തുവരും. സ്ഫോടനസമയത്ത് സൂപ്പർനോവകൾ അതീവശോഭയുള്ളതായിരിക്കും. കോടിനക്ഷത്രങ്ങളുള്ള ഗാലക്സികളെപ്പോലും അതു തോൽപ്പിക്കും. ഈ ശോഭ ഏതാനും മണിക്കൂർ മാത്രമേ കാണൂ. അതു പുറന്തള്ളുന്ന പദാർഥകണങ്ങളും ആഘാത തരംഗങ്ങളും സമീപ വസ്തുക്കളിൽ ദീർഘകാലം സ്വാധീനം ചെലുത്തും.

1054 ൽ ഒരു സൂപ്പർനോവ സ്ഫോടനം അന്നത്തെ വാനനിരീക്ഷകർ കണ്ടതായി രേഖപ്പെടുത്തിയിട്ടുണ്ട്. പകൽപോലും അതു കാണാമായിരുന്നുവത്രേ. ശക്തിയേറിയ ഒരു ടെലിസ്കോപ്പുകൊണ്ടു നോക്കിയാൽ ഇന്നും അതിന്റെ 'അവശിഷ്ടങ്ങൾ' ചിതറിക്കിടക്കുന്നതുകാണാം. ഞണ്ടു(crab) നെബുല എന്നാണ് അതറിയപ്പെടുന്നത്. ഇതു സ്ഥിതി ചെയ്യുന്നത് 6000 പ്രകാശവർഷങ്ങൾക്കകലെയാണ്. ഈ സ്ഫോടനം 30 പ്രകാശവർഷത്തിനപ്പുറമാണ് നടന്നതെങ്കിൽ അതിന്റെ അലകൾ ഭൂമിയിലേക്കു വന്ന് ഓസോൺപാളികളെ സമൂലം നശിപ്പിക്കു

വാൻ പര്യാപ്തമാകുമായിരുന്നു. ജീവജാലങ്ങളെ മുച്ചൂടും നശിപ്പിക്കുവാൻ അത്തരമൊരവസ്ഥയ്ക്കു കഴിയുകയും ചെയ്യും. എന്നാൽ അത്തരമൊരു സൂപ്പർനോവയുടെ ഫലമായിട്ടാണ് സൗരയൂഥം രൂപീകരിക്കപ്പെട്ടതെന്ന സിദ്ധാന്തവും ശാസ്ത്രജ്ഞന്മാർക്കിടയിലുണ്ട്. ഒരു സൂപ്പർനോവയുടെ സ്ഫോടനം സൃഷ്ടിച്ച ആഘാതതരംഗങ്ങളാണ് ക്ഷീരപഥത്തിലെ ആദിമമായ ഒരു വാതകപടലത്തിന് ചുരുങ്ങുവാനുള്ള പ്രേരണ നൽകിയതെന്നും അതാണ് സൂര്യന്റെ ജനനത്തിനു കാരണമായതെന്നുമാണ് സിദ്ധാന്തം. ക്ഷീരപഥത്തോടടുത്തുള്ള ഗാലക്സിയായ മെഗലാനിക് മേഘത്തിൽ ഒരു സൂപ്പർനോവ സ്ഫോടനമുണ്ടായതിന്റെ വിശദാംശങ്ങൾ 1987 ൽ ശക്തിയേറിയ ദൂരദർശിനികളിലൂടെ നിരീക്ഷിക്കുകയുണ്ടായി.

ഒരു തീവണ്ടിയുടെ ചരിത്രമന്വേഷിച്ചു പിറകോട്ടു പോയാൽ സൂപ്പർനോവയിലെത്തിച്ചേരുമെന്ന രസകരമായ ഒരു അന്വേഷണമുറ പ്രസിദ്ധ ഇന്ത്യൻ ശാസ്ത്രജ്ഞനായ ജയന്ത് നർലിക്കർ വിശദീകരിക്കുകയുണ്ടായത് ഇങ്ങനെയാണ്. “അതിനു വേണ്ട ഉരുക്ക് എവിടെ നിന്നാണ് വന്നത്? ഒരു ഇരുമ്പുരുക്കു നിർമ്മാണശാലയിൽ നിന്ന്. അതിനാവശ്യമായ ഇരുമ്പ് ഭൂമിയിലെ ഒരു ഖനിയിൽ നിന്ന് കുഴിച്ചെടുത്ത അയിരിൽ നിന്നു ലഭിച്ചതാണ്. എങ്ങനെയാണ് അയിരിൽ ഇരുമ്പ് വന്നത്? അതു ഭൂമിക്കു ജന്മം നൽകിയ പദാർഥസഞ്ചയത്തിന്റെ ഭാഗമായിരുന്നിരിക്കണം. അങ്ങനെ ചരിത്രമന്വേഷിച്ചു പുറകോട്ടു പോയാൽ നമ്മൾ അന്തിമമായി സൂപ്പർനോവയിൽ എത്തിച്ചേരുന്നു.”

നക്ഷത്രച്ചൂളയിൽനിന്ന് എങ്ങനെയാണ് രാസമൂലകങ്ങൾ ഉരുത്തിരിഞ്ഞു വരുന്നതെന്ന് വിശദീകരിച്ചത് പ്രമുഖരായ നാലു ശാസ്ത്രജ്ഞന്മാർ ചേർന്നാണ്; ജോഫ്രി ബർബിഡ്ജ്, മാർഗററ്റ് ബർബിഡ്ജ്, വില്യം ഫൗളർ, ഫ്രെഡ് ഹോയിൽ എന്നീ പ്രപഞ്ച ഭൗതിക ശാസ്ത്രജ്ഞർ.

വെള്ളക്കുള്ളൻ (white dwarf)

ഓരോ നക്ഷത്രത്തെയും അതിന്റെ വലിപ്പത്തിനനുസരിച്ചുള്ള ഒരു ഭാവിയാണ് കാത്തിരിക്കുന്നതെന്ന് മുകളിൽ സൂചിപ്പിച്ചുവല്ലോ. സൂര്യനോളമോ അതിൽ ചെറുതോ ആണ് നക്ഷത്രങ്ങളെങ്കിൽ ഇന്ധനം തീർന്ന് ചുരുങ്ങുന്ന ഒരു ‘നവതാര’(nova)യുടെ അവശേഷിക്കുന്ന അണുക്കൾ ഞെരുങ്ങിയമർന്ന് അകത്തേക്കു ഉൾവലിയുന്നു. ഒരു ഘട്ടത്തിൽ ഇലക്ട്രോണുകളുടെ സമ്മർദ്ദം മൂലം അതിന്റെ ഉൾവലിവ് നിലയ്ക്കും. ഈ ഘട്ടത്തിൽ ഇതിലെ ദ്രവ്യത്തിന്റെ ആപേക്ഷിക സാന്ദ്രത പത്തു ലക്ഷത്തിൽ കവിയും. ഇത്തരം നക്ഷത്രങ്ങളെ വെള്ളക്കുള്ളൻമാർ (white dwarfs) എന്നോ ശ്വേതവാമനൻമാർ എന്നോ പറയുന്നു.

ഒരു നക്ഷത്രത്തിന് വെള്ളക്കുള്ളനായി നിൽക്കാൻ കഴിയണമെ

ങ്കിൽ അതിന്റെ സൗരദ്രവ്യമാനം (സൂര്യനു തുല്യമായ ദ്രവ്യത്തിന്റെ അളവ് ആണ് ഒരു സൗരദ്രവ്യമാനം) 1.4-ൽ കൂടരുത് എന്നു ഗണിച്ചെടുത്തത് ഭാരതീയ ശാസ്ത്രജ്ഞനായ ഡോ എസ് ചന്ദ്രശേഖറാണ്. നക്ഷത്രത്തിന്റെ വലിപ്പവും അതിനനുസരിച്ച അതിന്റെ 'ജാതക'വശാലുള്ള ബന്ധവും ഗണിച്ചെടുത്തതിന് അദ്ദേഹത്തിനു നൊബേൽ സമ്മാനം ലഭിച്ചിട്ടുണ്ട്. വലിപ്പത്തിന്റെ ഈ പരിധികൾ 'ചന്ദ്രശേഖർ സീമ' (Chandrasekher's limit) എന്നാണറിയപ്പെടുന്നത്.

ന്യൂട്രോൺ നക്ഷത്രം (പൾസർ)

ഒരു നക്ഷത്രത്തിന്റെ വലിപ്പം 1.5 സൗരദ്രവ്യമാനത്തിനും രണ്ട് സൗരദ്രവ്യമാനത്തിനും ഇടയിലാണെങ്കിൽ, അതിന്റെ സങ്കോചം ചെറുക്കുന്ന ഇലക്ട്രോണുകളുടെ മർദ്ദം അതിനു മതിയാകാതെ വരുന്നു. ഇലക്ട്രോൺ അതിവേഗത്തിൽ അണുകേന്ദ്രത്തിലിടിച്ച് പ്രോട്ടോണുകളുമായി ചേർന്ന് ന്യൂട്രോണായി മാറുന്നു. അതിന്റെ അപ്പോഴത്തെ ആപേക്ഷികസാന്ദ്രത പത്തുകോടിയായിരിക്കും. ഒരു സ്പൂൺ പദാർഥത്തിന് 100 കണക്കിനു ടൺ തൂക്കം. ഒരു ന്യൂട്രോൺ നക്ഷത്രത്തിന്റെ വ്യാസം മുപ്പതു കിലോമീറ്ററിലധികം വരില്ല. ചില ന്യൂട്രോൺ നക്ഷത്രങ്ങൾ വേഗത്തിൽ തിരിയുകയും ലൈറ്റ്ഹൗസിൽ നിന്നെന്നപോലെ ഇടവിട്ട് പ്രകാശം നൽകുകയും ചെയ്യും. ഇതുകൊണ്ട് ഇതിന് 'പൾസർ' എന്നും പേരു നൽകിയിട്ടുണ്ട്.

വെറും മുപ്പതു കിലോമീറ്റർ മാത്രം വ്യാസമുള്ള ഈ നക്ഷത്രങ്ങളെ എങ്ങനെയാണ് നിരീക്ഷിക്കാൻ കഴിയുക? 1968 ൽ കേംബ്രിഡ്ജ് സർവകലാശാലയിലെ വാനശാസ്ത്രവിദ്യാർത്ഥിനിയായ ജോസ്‌ലിൻ ബെൽ, റേഡിയോ ടെലസ്കോപ്പിലൂടെ റെക്കോഡു ചെയ്ത ചിത്രങ്ങൾ നിരീക്ഷിച്ചുകൊണ്ടിരിക്കെ, ഏതോ അജ്ഞാത സ്രോതസ്സിൽ നിന്ന് 1.3 സെക്കന്റ് ഇടവിട്ട് കൃത്യമായി സ്പന്ദനങ്ങൾ ഉണ്ടാവുന്നതായി കണ്ടു. ഏതോ അജ്ഞാത ഗ്രഹത്തിലെ ബുദ്ധിജീവികൾ അയക്കുന്ന സന്ദേശമായേക്കാമെന്നാണ് അവൾ ആദ്യം ധരിച്ചത്. ഗവേഷണ ഗൈഡായ ഹെവിഷുമായിച്ചേർന്ന് സൂക്ഷ്മമായി പരിശോധിച്ചപ്പോഴാണ് സ്വന്തം അക്ഷത്തിൽ അതിവേഗം കറങ്ങുന്ന ഒരു ന്യൂട്രോൺ നക്ഷ

ന്യൂട്രോൺ നക്ഷത്രം (പൾസർ)

ത്രത്തിൽനിന്നാണ് ഈ സ്പന്ദനങ്ങൾ വരുന്നതെന്നു മനസ്സിലായത്. സാധാരണ ദൂരദർശിനിയിലൂടെ കാണാൻ കഴിഞ്ഞില്ലെങ്കിലും റേഡിയോ ടെലിസ്കോപ്പിലൂടെ ചില ന്യൂട്രോൺ നക്ഷത്രങ്ങളെ 'പൾസറു'കളായി തിരിച്ചറിയാൻ കഴിയുന്നതങ്ങനെയാണ്. ഞണ്ടു നെബുലയ്ക്കുള്ളിലും ഒരു പൾസറുണ്ട് - നെബുലയെ സൃഷ്ടിച്ച സൂപ്പർനോവയുടെ അവശിഷ്ട കാതൽ. ഇന്ന് നൂറുകണക്കിനു പൾസറുകൾ കണ്ടുപിടിക്കപ്പെട്ടിട്ടുണ്ട്.

തമോഗർത്തങ്ങൾ

"ആനയുടെ പ്രേതം ആനമറുത"യായി (മനുഷ്യർക്കുള്ളതുപോലെ അപമൃത്യുവടയുന്ന ആനകൾക്ക് ഗതികിട്ടാതെ അലയുന്ന ആത്മാക്കളുണ്ടെന്ന അന്ധവിശ്വാസം നിലവിലുണ്ട്) മാറുന്നതിനോട് ഉപമിക്കാവുന്നതാണ് വലിയ നക്ഷത്രങ്ങൾ തമോഗർത്തങ്ങളായി മാറുന്നത്. അടുത്തു പെട്ടുപോകുന്ന ചെറിയ നക്ഷത്രങ്ങളെവരെ അത് അകത്തേക്കു വലിക്കും. അവനെ ആർക്കുമൊട്ടു കാണാനും കഴിയില്ല. രണ്ടു വർഷം മുൻപ് "ഒരു തമോഗർത്തം ഒരു നക്ഷത്രത്തെ കീറിമുറിച്ചു തിന്നു" എന്ന സംഭ്രമജനകമായ വാർത്തയുമായാണ് ഒരു ദിവസം പത്രങ്ങളിറങ്ങിയത്. നാസ അതിന്റെ കമ്പ്യൂട്ടർ ചിത്രങ്ങളും പുറത്തുവിട്ടിരുന്നു. നക്ഷത്രത്തിന്റെ ഒരു ഭാഗത്തെ ചീന്തിയെടുത്തെങ്കിലും മറുഭാഗം കുതറിമാറുകയാണത്രേ ഉണ്ടായത്.

നക്ഷത്രത്തിന്റെ സൗരദ്രവ്യമാനം രണ്ടിലധികമാണെങ്കിൽ ഗുരുത്വാകർഷണം മൂലം വീണ്ടും ദ്രവ്യം ഉൾവലിഞ്ഞ് ഞെരിഞ്ഞമർന്ന് സാന്ദ്രതയുടെ പരമകാഷ്ഠയിലെത്തും - ആയിരം കോടി. ഗുരുത്വാകർഷണം മൂലം അത് അതിനോടടുക്കുന്ന പ്രകാശത്തെ അടക്കം രക്ഷപ്പെടാനനുവദിക്കാതെ അകത്തേക്കു വലിച്ചെടുക്കുന്നു. രാക്ഷസനക്ഷത്രങ്ങളുടെ ഇത്തരമൊരവസ്ഥയെയാണ് തമോഗർത്തങ്ങൾ എന്നു പറയുന്നത്.

തമോഗർത്തങ്ങളെ കാണാൻ കഴിയില്ലെങ്കിലും അതിന്റെ സാന്നിധ്യം തിരിച്ചറിയാൻ മാർഗങ്ങളുണ്ട്. തമോഗർത്തങ്ങൾ എന്തെന്നു മനസ്സിലാക്കാൻ അൽപ്പംകൂടി വിശദീകരണം ആവശ്യമുണ്ട്.

ഒരു പന്ത് എത്ര ശക്തിയായി മേൽപ്പോട്ടെറിഞ്ഞാലും ശരി എത്ര ഉയരത്തിൽ അത് എത്തിയാലും ശരി ഒടുവിലത് തിരിച്ചുവീഴും. എന്നാൽ സെക്കന്റിൽ 11.2കിലോമീറ്ററിലധികം വേഗതയിലാണ് ഒരു വസ്തു മേൽപ്പോട്ടെറിയപ്പെടുന്നതെങ്കിൽ അതു തിരിച്ചു വരികയില്ല. (അത്ര വേഗതയിലെറിയാനുള്ള ശക്തി മനുഷ്യനെന്നല്ല ആനയ്ക്കുമില്ല) ഈ വേഗതയെ പലായന വേഗത എന്നു പറയും. ഓരോ വസ്തുവിനും പിണ്ഡവും വലിപ്പവുമനുസരിച്ചുള്ള ഗുരുത്വമുണ്ട്. അതിനനുസരിച്ചു പലായനവേഗതയും ഏറിയും കുറഞ്ഞുമിരിക്കും. ചന്ദ്രനിൽ പലായന

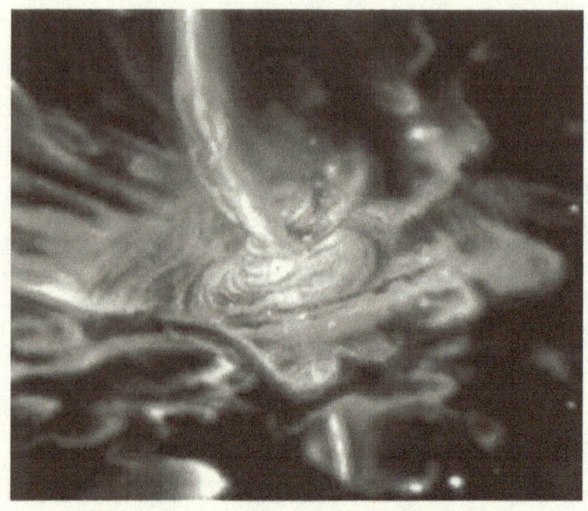

തമോഗർത്തം ചിത്രകാരന്റെ ഭാവനയിൽ

വേഗത ഭൂമിയുടേതിന്റെ നാലിലൊന്നേയുള്ളു. പലായനവേഗതയിലും കൂടിയ വേഗതയിൽ റോക്കറ്റുകൾ വിക്ഷേപിക്കുമ്പോൾ മാത്രമേ അതിന് ഭൂമിയിലേക്കു തിരിച്ചു വരാതിരിക്കാൻ തക്കവണ്ണം രക്ഷപ്പെടാൻ കഴിയൂ.

നക്ഷത്രം സങ്കോചിച്ചു ചുരുങ്ങുന്തോറും ഗുരുത്വവും പലായനവേഗതയും കൂടിവരും. സങ്കോചിക്കുന്ന വലിയൊരു നക്ഷത്രത്തിന്റെ കാമ്പിൽ സംഭവിക്കുന്നതും അതുതന്നെ. ഒരു ഘട്ടത്തിൽ പ്രകാശത്തിനു പോലും രക്ഷപ്പെടാൻ കഴിയാത്തത്ര പലായനവേഗത അതു കൈവരിക്കും. അങ്ങനെ ആ നക്ഷത്രത്തിൽ നിന്ന് വെളിച്ചം പുറത്തേക്കു വരാതാകുന്നു. നക്ഷത്രം അദൃശ്യമാകുന്നു. സൂര്യന്റെ അനേകമിരട്ടിയുള്ള ഒരു നക്ഷത്രത്തിന്റെ മരണശേഷമുള്ള തമോദ്വാരത്തിന് വലുപ്പമേ ഉണ്ടായിരിക്കുകയില്ല. തമോദ്വാരത്തിന്റെ അസ്തിത്വം മനസ്സിലാക്കുന്നത് അതിന്റെ ചുറ്റുപാടുമുള്ള വസ്തുക്കളെ നിരീക്ഷിച്ചാണ്. സൈഗ്നസ് X-1 എന്ന നക്ഷത്രത്തെ നിരീക്ഷിച്ചാണ് അതിനടുത്ത് ഒരു തമോദ്വാരമുണ്ടെന്നു മനസ്സിലാക്കുന്നത്. തമോദ്വാരം ആ നക്ഷത്രത്തിന്റെ ഉപരിതലത്തിലെ വാതകങ്ങൾ വലിച്ചെടുക്കുമ്പോൾ വഴിക്ക് അത് വല്ലാതെ ചൂടാകുകയും X-റേ തരംഗങ്ങൾ പുറപ്പെടുവിക്കുകയും ചെയ്യും. സൈഗ്നസ് X-1നു സമീപം പ്രതീക്ഷിക്കുന്ന തമോദ്വാരത്തിന് ആറു സൗരദ്രവ്യമാനമുണ്ട്.

6

ഭൂമിയിൽനിന്നുള്ള ആകാശക്കാഴ്ച

രാത്രിയിൽ ആകാശമൊരു നക്ഷത്രക്കൂടാരമാണ്. രത്നങ്ങളും വൈരങ്ങളും പതിച്ച ഒരു നീല മേലാപ്പ്. ആ നക്ഷത്രക്കുഞ്ഞുങ്ങൾ ഊഹിക്കാവുന്നതിലും വലിയ രാക്ഷസീയ ഗോളങ്ങളാകാം, ഊഹിക്കാവുന്നതിനുമപ്പുറമുള്ള വിദൂരതയിലുമാകാം. ദൈവം അബ്രഹാമിനെ അനുഗ്രഹിച്ചതിങ്ങനെയായിരുന്നു: "നിന്റെ സന്തതിയെ ഞാൻ ആകാശത്തിലെ നക്ഷത്രങ്ങൾ പോലെയും കടൽക്കരയിലെ മണൽത്തരികൾ പോലെയും അത്യധികം വർധിപ്പിക്കും." (*ഉൽപ്പത്തി പുസ്തകം* 22,17). പക്ഷേ ഏറിയാൽ ആറായിരത്തോളം നക്ഷത്രങ്ങളെ മാത്രമേ നമുക്ക് നഗ്നനേത്രങ്ങൾകൊണ്ടു കാണാൻ കഴിയൂ. എന്നാൽ, സങ്കീർണ്ണമായൊരു ദൂരദർശിനിയിലൂടെ നോക്കിയാൽ കോടിക്കണക്കിനു നക്ഷത്രങ്ങളാണിന്നു കാഴ്ചയിൽ തെളിയുക.

എല്ലാ നക്ഷത്രങ്ങളും ഒരേ വിതാനത്തിലാണെന്നു തോന്നുമെങ്കിലും അവ തമ്മിൽതമ്മിലുള്ള അകലം നമുക്കു മനസിലാക്കാവുന്നതല്ല; ഊഹിക്കാവുന്നതുമല്ല. അത് ആയിരക്കണക്കിന് പ്രകാശവർഷങ്ങളാകാം. സൂര്യൻ ആണ് നാം കാണുന്ന ഏറ്റവും പ്രകാശമുള്ള വസ്തു. വാസ്തവത്തിൽ അത് ക്ഷീരപഥത്തിലെ ഒരു ഇടത്തരം നക്ഷത്രമാണ്. പകൽ സമയത്ത് നക്ഷത്രങ്ങളെ കാണാൻ കഴിയാത്തത് സൂര്യപ്രകാശത്തിന്റെ പ്രഭാവം മൂലമാണ്. രാത്രിയിൽ നാം കാണുന്ന ഏറ്റവും പ്രകാശമാനമായ വസ്തു ചന്ദ്രനാണ്. ചന്ദ്രനോ മറ്റുപഗ്രഹങ്ങൾക്കോ ഗ്രഹങ്ങൾക്കോ സ്വയം പ്രകാശമില്ല - സൂര്യവെളിച്ചം തട്ടി പ്രതിഫലിക്കുന്നതു കൊണ്ടാണ് നാം അവയെ കാണുന്നത്. ചന്ദ്രൻ ഭൂമിയോട് ഏറ്റവും അടുത്തുള്ള ഗോളമായതിനാലാണ് വലിപ്പവും പ്രകാശവും കൂടുതൽ തോന്നിക്കുന്നത്. ഭൂമിയെ വലം വയ്ക്കുന്ന ഒരേയൊരു ഗോളവും ചന്ദ്രനാണ്.

ഭൂമിയടക്കം എല്ലാ ഗ്രഹങ്ങളും സൂര്യനെയാണ് വലംവയ്ക്കുന്നത്. ഈ തിരിച്ചറിവിന് പ്രചാരം ലഭിച്ചത് കോപ്പർനിക്കസിന്റെ ജീവിതശേഷവും ഗലീലിയോയുടെ ജീവിതകാലത്തുമാണ്: 17-ാം നൂറ്റാണ്ടിൽ. ഇന്ത്യൻ ജ്യോതിശ്ശാസ്ത്രജ്ഞനായിരുന്ന ആര്യഭടൻ ഒൻപതാം നൂറ്റാണ്ടിൽത്തന്നെ ഇതു തിരിച്ചറിഞ്ഞെങ്കിലും മുഖ്യധാരാ ജ്യോതിഷികൾ ഇത് അംഗീകരിച്ചില്ല എന്നു മാത്രമല്ല, തമസ്കരിക്കുകയും ചെയ്തു.

ഭൂമി പ്രപഞ്ചകേന്ദ്രമല്ല എന്നു സിദ്ധാന്തിച്ചതിന് കോപ്പർനിക്കസിന് പഴി കേൾക്കേണ്ടി വരികയും അദ്ദേഹത്തിന്റെ ആശയങ്ങൾ പ്രചരിപ്പിച്ചതിന് ബ്രൂണോ വധശിക്ഷയ്ക്കു വിധേയനാക്കപ്പെടുകയും ചെയ്തു. ഇവരുടെ ആശയങ്ങളെ പിന്താങ്ങിയതിന് ഗലീലിയോ വിചാരണ ചെയ്തു തടവിലാക്കപ്പെട്ടു.

രണ്ടുനൂറ്റാണ്ടുകൾക്കു ശേഷം ഡാർവിൻ പരിണാമ സിദ്ധാന്തം അവതരിപ്പിച്ചപ്പോഴും യാഥാസ്ഥിതികർ ഇളകി. കാലം മാറുന്നതിനോടൊത്ത് നീതിസങ്കൽപ്പങ്ങൾ മാറുകയാൽ ഡാർവിൻ ശിക്ഷിക്കപ്പെട്ടില്ല.

*ചാൾസ് ഡാർവിൻ
പരിണാമസിദ്ധാന്തത്തിന്റെ
ഉപജ്ഞാതാവ്*

ദിവസത്തിലൊരു പ്രാവശ്യം ഭൂമി അതിന്റെ സാങ്കൽപ്പിക അച്ചുതണ്ടിൽ കറങ്ങുന്നുണ്ട്. ഭൂമധ്യരേഖയിൽ അതിന്റെ വേഗത ഏതാണ്ട് മണിക്കൂറിൽ 1500 കിലോമീറ്ററാണ്. ഭൂമിയിൽ ദിനരാത്രങ്ങളുണ്ടാകാനുള്ള കാരണമിതാണ്. ഭൂമി പടിഞ്ഞാറു നിന്ന് കിഴക്കോട്ടാണ് തിരിയുന്നത്. അതുകൊണ്ടാണ് ആകാശഗോളങ്ങൾ ദിവസത്തിലൊരു പ്രാവശ്യം കിഴക്കുനിന്നു പടിഞ്ഞാറേക്കു പോകുന്നതായി നമുക്കു തോന്നുന്നത്.

വർഷത്തിലൊരിക്കൽ ഭൂമി സൂര്യനെ ഒരുവട്ടം വലംവയ്ക്കും. അതിന്റെ വേഗതയാകട്ടെ മണിക്കൂറിൽ 108000 കിലോമീറ്ററാണ്. മറ്റൊരു രീതിയിൽ പറഞ്ഞാൽ ഭൂമി എന്ന വാഹനത്തിൽ മനുഷ്യൻ സൂര്യനെ വർഷത്തിൽ ഒരു വട്ടം പ്രദക്ഷിണം ചെയ്യും. അതിനിടെ സഞ്ചരിക്കുന്ന ദൂരമാകട്ടെ 100കോടി കിലോമീറ്ററും. തനിക്ക് അറുപതു വയസ്സായി എന്ന് ഒരാൾ പറഞ്ഞാൽ അതിനർഥം അയാൾ ഇതുവരെ സൂര്യനെ അറുപതുവട്ടം വലംവച്ചു കഴിഞ്ഞു എന്നാണ്. എന്നാൽ തലങ്ങനെയും വിലങ്ങനെയും അതിവേഗം സഞ്ചരിച്ചുകൊണ്ടിരിക്കുന്നതായി ഒരാൾക്കും തോന്നുകയില്ല. എന്താണിതിനു കാരണം?

നമ്മുടെ എല്ലാ കാഴ്ചകളും ആപേക്ഷികമാണ്. തീവണ്ടിയിൽ സഞ്ചരിക്കുമ്പോൾ, അല്ലെങ്കിൽ ബോട്ടിൽ സഞ്ചരിക്കുമ്പോൾ ചുറ്റുപാടുകൾ പിറകോട്ടു സഞ്ചരിക്കുന്നതായിട്ടാണ് നമുക്കു പലപ്പോഴും അനുഭവപ്പെടുന്നത്. തീവണ്ടി സാവധാനം പ്ലാറ്റ്ഫോം വിടുന്ന സമയത്ത് പ്ലാറ്റ്ഫോമിലേക്കു നോക്കിയാൽ വണ്ടിയാണ് ചലിക്കുന്നതെന്നു മനസ്സിലാകും. എന്നാൽ മറുവശത്തു കിടക്കുന്ന മറ്റൊരു വണ്ടിയിലേക്കാണു നോക്കുന്നതെങ്കിൽ അതു പിറകോട്ടാണോ ഇതു മുന്നോട്ടാണോ ചലിക്കുന്നതെന്നു സംശയവും തോന്നും. നിജസ്ഥിതി അറിയാൻ പ്ലാറ്റ്ഫോമിലേക്കു നോക്കേണ്ടി വരും. ഭൂമിയിലെ സഞ്ചാരി എന്ന നിലയിൽ അത്തരത്തിലൊരു തിരിച്ചറിവിനായി ഉപയോഗിക്കാവുന്ന ഒരു ആധാരം നമുക്കില്ല. അതുകൊണ്ട് ഭൂമിയോടൊപ്പം നാം സഞ്ചരിക്കുകയാണ് എന്ന് ഒരിക്കലും തോന്നുകയില്ല. ട്രയിനിന്റെ കൂരയിൽ ഫാനിനടുത്ത് വല കെട്ടിയിരിക്കുന്ന ഒരു ചിലന്തിയുടെയോ അവിടെ ഇഴയുന്ന ഒരു ഉറുമ്പിന്റെയോ കാര്യമെടുക്കാം. അതിന് ട്രെയിൻ ചലിക്കുന്ന കാര്യം അറിയുകയേ ഇല്ല. അതുപോലെ ഉരുണ്ട ഭൂമിയുടെ ഉപരിതലത്തിലുണ്ടാകുന്ന വളവും നമുക്കു മനസ്സിലാക്കാവുന്നതല്ല. അതുകൊണ്ടാണ് അതു പരന്നിരിക്കുന്നു എന്നു നമുക്കു തോന്നുന്നത്. വലിയൊരു പന്തിന്റെ പുറത്തിഴയുന്ന ഉറുമ്പിനും അതിന്റെ ചലനവും രൂപവും മനസ്സിലാകുകയില്ല.

ഭൂമി അതിന്റെ അച്ചുതണ്ടിൽ ഒരുപ്രാവശ്യം കറങ്ങുന്നതിനെടുക്കുന്ന സമയം 23 മണിക്കൂറും 56 മിനിറ്റുമാണ്. ഇതിനെ ഒരു നക്ഷത്രദിനം എന്നാണ് പറയുക. ഈ സമയം കൊണ്ട് ഭൂമി അതിന്റെ സൂര്യനുചുറ്റുമുള്ള പ്രദക്ഷിണപഥത്തിൽ 1 ഡിഗ്രി സഞ്ചരിച്ചിരിക്കും. അതുകൊണ്ട് സൂര്യനെ കാണാൻ നാല് മിനിറ്റുകൂടി കഴിയണം. സൂര്യൻ ഉദിച്ച് വീണ്ടും ഉദിക്കുവാൻ 24 മണിക്കൂർ. ഇന്നലെ സൂര്യനോടൊപ്പം ഉദിച്ച നക്ഷത്രം ഇന്ന് നാല് മിനിറ്റു മുൻപുദിക്കും. ഇന്നലെ സൂര്യനോടൊപ്പം ഉദിച്ച നക്ഷത്രത്തോടൊപ്പം സൂര്യൻ വീണ്ടുമുദിക്കുന്നത് $365^1/_4$ ദിവസം കൊണ്ട് 360ഡിഗ്രിയും കടന്ന് അടുത്ത വർഷം അതേ ദിവസമായിരിക്കും. ചുരുക്കത്തിൽ സൂര്യൻ നക്ഷത്രങ്ങൾക്കിടയിലൂടെ പിറകോട്ട് സഞ്ചരിക്കുന്നതായും ഒരു വർഷംകൊണ്ട് ഒരുവട്ടം പൂർത്തിയാക്കുന്നതായും നമുക്കു തോന്നുന്നു.

കിഴക്കുദിക്കുദിക്കുന്ന ഒരു നക്ഷത്രം മണിക്കൂറിൽ 15 ഡിഗ്രി വീതം പടിഞ്ഞാറേക്കു നീങ്ങുന്നതായി നമുക്കു തോന്നുന്നു. (ഭൂമി 15ഡിഗ്രി തിരിയുന്നതുകൊണ്ടാണിത്) സന്ധ്യക്കുദിക്കുന്ന നക്ഷത്രം ആറുമണിക്കൂർ കൊണ്ട് 90^0 സഞ്ചരിച്ച് അർദ്ധരാത്രി ഉച്ചിയിലെത്തും. സന്ധ്യാസമയത്ത് ഉച്ചിയിലുണ്ടായിരുന്ന നക്ഷത്രം ആ സമയത്ത് അസ്തമിക്കും. ക്ലോക്കുകൾ കണ്ടുപിടിക്കുന്നതിനു മുൻപ് മനുഷ്യൻ രാത്രിയിൽ സമയം കണക്കാക്കിയിരുന്നത് നക്ഷത്രങ്ങളുടെ സ്ഥാനം നോക്കിയാണ്; പകലാകട്ടെ സൂര്യന്റെ സ്ഥാനമോ നിഴലിന്റെ നീളമോ നോക്കിയും.

നമ്മുടെ കാൽക്കീഴിൽ ഭൂമിയില്ല എന്നോ നാം ഭൂമിയിലല്ല എന്നോ

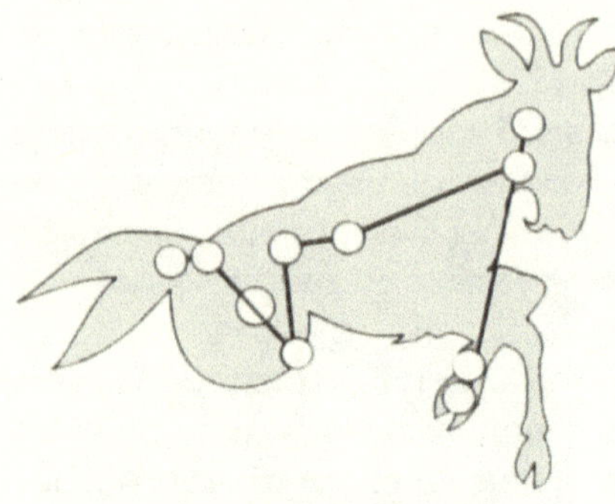

കുറിയാടിന്റെ രൂപംതോന്നിക്കുന്ന നക്ഷത്രസമൂഹം
മകരരാശി

സങ്കൽപ്പിക്കുക. ആകാശം ഒരു വലിയ ഗോളമാണെന്നും നാം അതിന്റെ കേന്ദ്രത്തിലാണെന്നും തോന്നും. നാം കാണുന്ന ആകാശവും കാഴ്ച കൊണ്ടുണ്ടാകുന്ന ഒരു തോന്നലാണ്. അവിടെ നീലനിറമോ ആകാശമോ ഒന്നും തന്നെ ഇല്ല. നക്ഷത്രങ്ങൾ നമുക്കൂഹിക്കാവുന്നതിനുമപ്പുറം പല പല അകലങ്ങളിലാണ് സ്ഥിതിചെയ്യുന്നത്. ആകാശഗോളത്തിന്റെ ഒത്ത നടുവിലാണ് ഭൂമി എന്നു സങ്കൽപ്പിക്കുക. ഈ സാങ്കൽപ്പിക ആകാശഗോളത്തെ ഖഗോളം എന്നാണു പറയുക (ഖഗോളം യഥാർഥത്തിൽ ഉള്ളതാണെന്നാണ് പണ്ടു ധരിച്ചിരുന്നത്. അത് ഇല്ലാത്തതാണെന്നുള്ള തിരിച്ചറിവ് ചിന്താസരണിയിലുണ്ടായ മറ്റൊരു വിപ്ലവമാണ്). തൽക്കാലം ഖഗോളം ഉണ്ട് എന്നു സങ്കൽപ്പിക്കുന്നത് നമ്മുടെ പഠനത്തെ എളുപ്പമാക്കാൻ സഹായിക്കും. നക്ഷത്രഗണങ്ങളെ കണ്ടു മനസ്സിലാക്കുന്നതിനും അതിന്റെ സ്ഥാനം നിർണ്ണയിക്കുന്നതിനും ഇത് സൗകര്യപ്രദമാണ്. ഭൂമിയിൽ സ്ഥലങ്ങളുടെ സ്ഥാനം മനസ്സിലാക്കാൻ 'ഗ്ലോബ്' ഉപകാരപ്രദമാകുന്നതുപോലെ തന്നെ.

ഭൂമിയുടെ ഉത്തര-ദക്ഷിണ ധ്രുവങ്ങളെ യോജിപ്പിച്ച് അത് ആകാശത്തേക്കു മുകളിലേക്കു നീട്ടിയാൽ അത് ഖഗോളത്തിൽ മുട്ടുന്ന രണ്ടു ബിന്ദുക്കളാണ് ഖഗോള ധ്രുവങ്ങൾ. ഉത്തര ഖഗോള ധ്രുവത്തിൽ നിൽക്കുന്ന നക്ഷത്രമാണ് ധ്രുവനക്ഷത്രം. (pole star) അതുപോലെ ഭൂമധ്യരേഖയുടെ തലം മുകളിലേക്കു ദീർഘിപ്പിച്ചാൽ ഖഗോള മധ്യരേഖ കിട്ടും. ഇതിനു സമാന്തര രേഖകൾ തെക്കോട്ടും വടക്കോട്ടും സങ്കൽപ്പിച്ചാൽ അക്ഷാംശരേഖകൾക്കു സമാന്തരമായി ആകാശത്തു രേഖകളുണ്ടാക്കാം. ഈ സാങ്കൽപ്പിക രേഖകളെ ഡെക്ലിനേഷൻ (declination) എന്നാണു പറയുക. അക്ഷാംശരേഖകൾ പോലെ തന്നെ ഡെക്ലിനേഷനും കോണളവിൽ കണക്കാക്കാം. ഖഗോള മധ്യരേഖയ്ക്കു വടക്കോട്ട് അത് $^{+}$90ഡിഗ്രി വരെയും തെക്കോട്ട് $^{-}$90ഡിഗ്രി വരെയും സൂചിപ്പിക്കപ്പെടുന്നു. ഖഗോള മധ്യരേഖയെ ആധാരമാക്കിയാൽ വടക്കേ ധ്രുവത്തിൽ നിൽക്കുന്നയാൾ $^{+}$90ഡിഗ്രി ചരിഞ്ഞും തെക്കേ ധ്രുവത്തിൽ നിൽക്കുന്നയാൾ $^{-}$90ഡിഗ്രി ചരിഞ്ഞുമായിരിക്കും ആകാശം കാണുക.

സൂര്യൻ സഞ്ചരിക്കുന്നു എന്നു നമുക്കു തോന്നുന്ന തലവും മധ്യരേഖയുമായി 23.5 ഡിഗ്രി ചരിവുണ്ട്. ഇതുമൂലം സൂര്യൻ ഒരു വർഷം ഖഗോള മധ്യരേഖയിൽ നിന്ന് 23.5 ഡിഗ്രി വടക്കോട്ടും അത്രതന്നെ തെക്കോട്ടും സഞ്ചരിക്കുന്നതായി നമുക്കു തോന്നും. ദിവസേന വരുന്ന മാറ്റം

ഖഗോളത്തിൽ രേഖപ്പെടുത്തിയാൽ ഖഗോള മധ്യരേഖയ്ക്കു പുറമേ മറ്റൊരു രേഖ ലഭിക്കും. ഈ രേഖയാണ് ക്രാന്തികവൃത്തം (elliptic). ഖഗോള മധ്യരേഖയും ക്രാന്തികവൃത്തവും തമ്മിൽ 23.5ഡിഗ്രി ചരിവുണ്ട്. ഈ വൃത്തങ്ങൾ തമ്മിൽ രണ്ടു സ്ഥലത്ത് കൂട്ടിമുട്ടും. ഈ സ്ഥാനങ്ങളെയാണ് വിഷുവങ്ങൾ (equinox) എന്നു പറയുന്നത്. ഗ്രഹങ്ങളും ഉപഗ്രഹങ്ങളുമെല്ലാം ക്രാന്തികവൃത്തത്തിനടുത്തുകൂടെ കടന്നു പോകുന്നതായിട്ടാണ് നമുക്കു തോന്നുക.

ക്രാന്തിവൃത്തത്തിനിരുവശവും 10 ഡിഗ്രി കണക്കാക്കി ആകാശത്ത് ഒരു ബെൽറ്റ് സങ്കൽപ്പിക്കാമെങ്കിൽ അതാണ് രാശിചക്രം (zodiac belt). ഇതിനെ പന്ത്രണ്ടായി ഭാഗിച്ചാണ് പന്ത്രണ്ടു രാശികളുണ്ടാക്കിയിരിക്കുന്നത്. മേടം (Aries) മുതൽ മീനം (Pisces) വരെയുള്ള പന്ത്രണ്ടു പേരുകളാണ് ഈ രാശികൾക്കു നൽകിയിരിക്കുന്നത്. ഓരോ രാശിയിലുമുൾപ്പെടുന്ന നക്ഷത്രക്കൂട്ടങ്ങളിൽ പ്രധാനപ്പെട്ടവയുടെ സ്ഥാനം സാങ്കൽപ്പികമായി കൂട്ടി യോജിപ്പിച്ച് ഒരു ആകൃതിയും പൗരാണികർ സങ്കൽപ്പിച്ചെടുത്തു. ആകാശത്തിന്റെ സ്ഥലനിർണയത്തിന് വളരെ ബുദ്ധിപൂർവം രൂപീകരിച്ചെടുത്ത ഒരു മാർഗമാണത്. മേടം (മേഷം) - ഒരു ചെമ്മരിയാടിന്റെ രൂപം, എടവം (ഋഷഭം) - കാളയുടെ രൂപം, മിഥുനം - ഇണകളുടെ രൂപം എന്നിങ്ങനെയാണ് അതിന്റെ പോക്ക്. പാശ്ചാത്യരും പൗരസ്ത്യരും ഒരുപോലെ അംഗീകരിച്ചിരുന്ന ഒരു ഉപായമെന്നല്ലാതെ ആകാശത്ത് ആടോ കാളയോ തേളോ ഞണ്ടോ ഒന്നും തന്നെയില്ല.

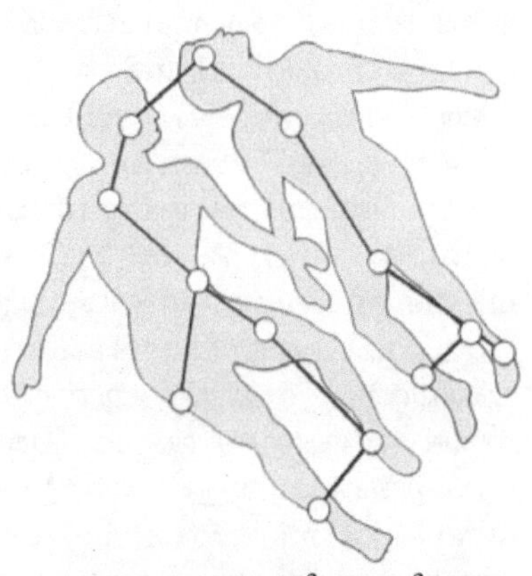
ഇരട്ടകളുടെ ആകൃതി തോന്നിക്കുന്ന
നക്ഷത്രസമൂഹം
മിഥുനരാശി

ഇന്നലെ സൂര്യനോടൊപ്പം ഉദിച്ച ഒരു നക്ഷത്രം ഇന്നു സൂര്യൻ ഉദിക്കുന്നതിനു നാലു മിനിറ്റുകൾക്കു മുൻപ് ഉദിക്കും. നാളെ എട്ടു മിനിറ്റുകൾക്ക് മുൻപ് ഉദിക്കും. അങ്ങനെ നക്ഷത്രരാശിയിലൂടെ സൂര്യൻ പിറകോട്ടു സഞ്ചരിക്കുമ്പോൾ ഒരു രാശി കടന്നു പോകാൻ ഒരു മാസമെടുക്കും. സൂര്യൻ മേടം രാശിയിൽ നിൽക്കുമ്പോൾ മേടമാസമാണ്. ഇടവം രാശിയിൽ നിൽക്കുമ്പോൾ ഇടവമാസവും; മിഥുനത്തിൽനിന്ന് കർക്കിടകത്തിലേക്കു സംക്രമിക്കുന്ന ദിവസമാണ് കർക്കടക സംക്രാന്തി. അങ്ങനെ പന്ത്രണ്ടു സംക്രാന്തികളുണ്ട്. പന്ത്രണ്ടു മാസം - ഒരു വർഷം -കഴിയുമ്പോൾ സൂര്യൻ വീണ്ടും പഴയ രാശിയിലെത്തും. ഇതേ രാശികളിലൂടെ തന്നെയാണ് ചന്ദ്രനും സഞ്ചരിക്കുന്നത് അഥവാ സഞ്ചരിക്കുന്നു എന്നു നമുക്കു തോന്നുന്നത്. പക്ഷെ ചന്ദ്രന് അതു കടന്നുപോകുവാൻ $27^{1}/_{3}$ ദിവസം മതി.

രാശികളിലൂടെ കടന്നുപോകുന്ന ചന്ദ്രന്റെ സ്ഥാനം നിർണ്ണയിക്കുന്നതിനായി രാശികളെ 27 ആയി മറ്റൊരു രീതിയിലും വിഭജിച്ചിട്ടുണ്ട്. അശ്വതി, ഭരണി, കാർത്തിക എന്നീ 27 നക്ഷത്രങ്ങളെ (ഇതിൽ ഭൂരിപക്ഷവും ഒറ്റ നക്ഷത്രമല്ല. പല നക്ഷത്രങ്ങൾ ചേർന്നതാണ്) ആധാരമാക്കിയാണത്. ചന്ദ്രൻ ഒരു രാശി കടന്നു പോകാൻ $2^{1}/_{4}$ ദിവസമാണെടുക്കുക. (27/12). ഒരു രാശിയിൽ രണ്ടേകാൽ നക്ഷത്രം. ചന്ദ്രൻ അശ്വതി നക്ഷത്രത്തോടൊപ്പം ഉദിച്ചസ്തമിക്കുന്ന ദിവസമാണ് അശ്വതി നാൾ - അന്നു ജനിക്കുന്ന കുഞ്ഞിന്റെ നാൾ അശ്വതി. ഭരണി നക്ഷത്രത്തോടൊപ്പം ഉദിച്ചസ്തമിക്കുന്ന ദിവസം ഭരണിനാൾ. മേടം രാശിയിൽ അശ്വതി, ഭരണി, കാർത്തികയുടെ $^{1}/_{4}$ ഭാഗം, ഇടവം രാശിയിൽ കാർത്തികയുടെ $^{3}/_{4}$, രോഹിണി, മകയിരം$^{1}/_{2}$ എന്നിങ്ങനെ$2^{1}/_{4}$ വീതം 12 രാശികളിലായി ഈ നക്ഷത്രങ്ങൾ വീതിക്കപ്പെട്ടിരിക്കുന്നു.

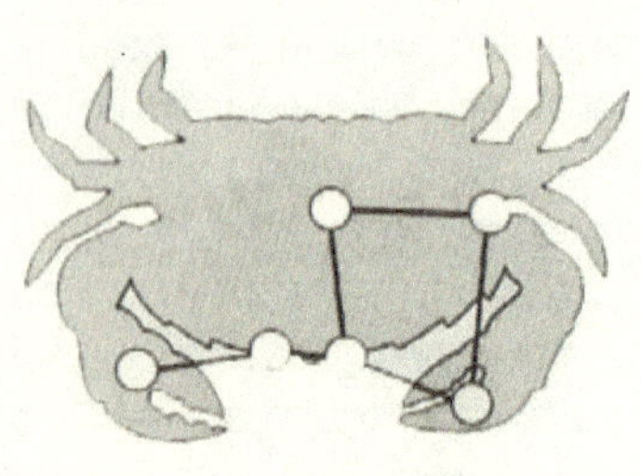

ഞണ്ടിന്റെ ആകൃതി തോന്നിക്കുന്ന നക്ഷത്രസമൂഹം
കർക്കടകരാശി

ചന്ദ്രൻ 27.3 ദിവസം കൊണ്ടാണ് ഭൂമിയെ ഒരുവട്ടം വലം വയ്ക്കുന്നതെന്നു പറഞ്ഞുവല്ലോ. ഇരുപത്തിയേഴായി ഭാഗിച്ച ക്രാന്തിചക്രത്തിന്റെ ഒരു ഭാഗത്തുകൂടി, ഒരു പ്രാവശ്യം കടന്നുപോകാൻ ചന്ദ്രൻ ഒരു ദിവസമാണ് എടുക്കുന്നതെങ്കിൽ അത്രയും ഭാഗത്തുകൂടി സൂര്യനു കടന്നുപോകുവാൻ പതിമൂന്നു ദിവസവും കുറച്ചു സമയവും (365/27) ആവശ്യമാണ് - ഉദ്ദേശം $13^{1}/_{2}$ ദിവസം. ആ സമയത്തെയാണ് ഞാറ്റുവേല എന്നു പറയുന്നത് - ഞായർ എന്നാൽ സൂര്യൻ. സൂര്യൻ തിരുവാതിര നക്ഷത്രത്തോടൊപ്പം നിൽക്കുന്ന വേളയാണ് തിരുവാതിര ഞാറ്റുവേല.

രാശിചക്രത്തിലേതടക്കം നക്ഷത്രങ്ങളെല്ലാം ഭൂമിയിൽ നിന്ന് ഒരേ അകലത്തിൽ സ്ഥിതിചെയ്യുന്നു എന്നാണ് നമുക്കു തോന്നുക. അത് നമ്മുടെ കാഴ്ചയുടെ മറ്റൊരു പരാധീനതയാണ്. അകലം കൂടുന്തോറും ദൂരം ഊഹിക്കാനുള്ള നമ്മുടെ കഴിവു കുറയുന്നു. രാത്രിയിൽ (പകലായാലും) വളരെ ദൂരത്തുനിന്ന് രണ്ടകലത്തിൽ രണ്ടു വാഹനങ്ങൾ വരുന്നതു കണ്ടാൽ അവ തമ്മിലുള്ള അകലം കണക്കാക്കാൻ കഴിയില്ല, രണ്ടും ഒരേ ദൂരത്തിലാണ് എന്നു തോന്നിയേക്കാം.

നാം ഒരു രാശിയിൽ ഒരു ആകൃതി സങ്കൽപ്പിച്ചു കാണുന്ന നക്ഷത്രങ്ങൾ തമ്മിൽത്തമ്മിലും അതു സ്ഥിതിചെയ്യുന്ന തലങ്ങൾ തമ്മിലും ആയിരക്കണക്കിനു പ്രകാശവർഷം അകലം കണ്ടേക്കാം. സൗരയൂഥത്തിനു വെളിയിൽ പ്രപഞ്ചത്തിന്റെ മറ്റേതെങ്കിലും കോണിൽ നിന്നു നോക്കിയാൽ ഈ രൂപങ്ങളെല്ലാം വ്യത്യസ്തവുമായിരിക്കും (ഭൂഗോളത്തെ വിഭജിച്ചു സ്ഥലനാമങ്ങൾ നൽകിയിരിക്കുന്നതുപോലെ തന്നെ ഖഗോളത്തെയും വിഭജിച്ചിട്ടുണ്ട്. രാശിചക്രത്തിലുള്ള പന്ത്രണ്ടു രാശി

കൾക്കു വെളിയിലുള്ള നക്ഷത്രങ്ങളെയും ആകൃതികൾ സങ്കൽപ്പിച്ച് രാശികളാക്കി (constellations) തിരിച്ചിട്ടുണ്ട് - ആകെ എൺപത്തെട്ടു രാശികൾ).

ഭൂമിയുടെ അച്ചുതണ്ട് വടക്കേ ധ്രുവത്തിൽനിന്ന് വടക്കോട്ടു നീട്ടിയാൽ അത് ആകാശത്തു മുട്ടുന്ന ഖഗോള ധ്രുവത്തിലുള്ള നക്ഷത്രമാണ് ധ്രുവനക്ഷത്രം (pole star). അത് അതേ സ്ഥാനത്ത് സ്ഥിരമായി നിൽക്കുന്നതായിട്ടേ തോന്നൂ. വടക്കു ദിക്കറിയാൻ അതുകൊണ്ടാണ് ഈ നക്ഷത്രം സഹായകമായത്. സൂക്ഷിച്ചും ശ്രദ്ധിച്ചും നിരീക്ഷിച്ചാൽ മറ്റു നക്ഷത്രങ്ങളെല്ലാം കറങ്ങുന്നത് ധ്രുവനക്ഷത്രത്തെ കേന്ദ്രമാക്കി കൊണ്ടാണെന്നും നമുക്കു തോന്നും. ഭൂമിയുടെ കറക്കം മധ്യരേഖയിൽ കൂടുതലനുഭവപ്പെടുകയും ധ്രുവങ്ങളോടടുക്കുന്തോറും കുറയുകയും ധ്രുവത്തിൽ ഒട്ടും അനുഭവപ്പെടാതിരിക്കുകയും ചെയ്യുന്നതു കൊണ്ടാണിതു സംഭവിക്കുന്നത്.

വടക്കുദിക്കറിയാൻ ധ്രുവനക്ഷത്രം എന്നതുപോലെ തെക്കു ദിക്കറിയാൻ ത്രിശങ്കു (Southern Cross) എന്ന നക്ഷത്രമാണ് പൗരാണികരെ ഏറെ സഹായിച്ചിരുന്നത്.

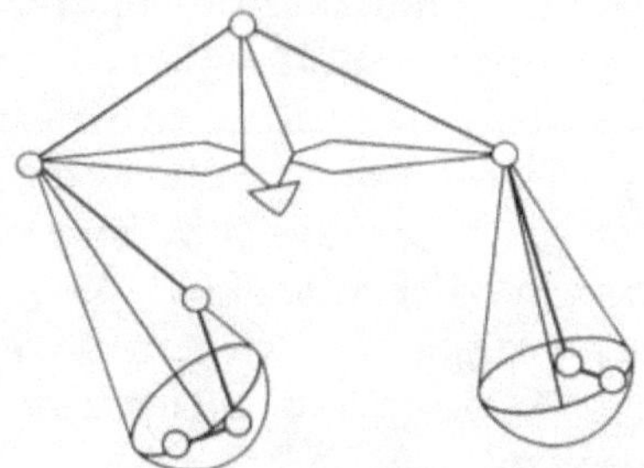

തുലാസിന്റെ ആകൃതി തോന്നിക്കുന്ന നക്ഷത്രസമൂഹം
തുലാംരാശി

7

സൗരയൂഥം

പ്രപഞ്ചം എങ്ങനെ ഉണ്ടായി എന്ന സംശയത്തിനെന്നപോലെ സൗരയൂഥത്തിന്റെ ഉത്ഭവത്തെക്കുറിച്ചുള്ള ചോദ്യത്തിനും ഇതുവരെ വ്യക്തമായ ഉത്തരം ലഭിച്ചിട്ടില്ല. എങ്കിലും സാഹചര്യത്തെളിവുകൾ നമ്മെ ചില നിഗമനങ്ങളിലേക്കു നയിക്കുന്നുണ്ട്. സൂര്യനും ഗ്രഹങ്ങളും അവയുടെ ഉപഗ്രഹങ്ങളും സൗരയൂഥത്തിൽ അലയുന്ന അനേകം വസ്തുക്കളും ഒരു വാതകമേഘം ഘനീഭവിച്ചതാകണം. തുടക്കത്തിൽ ഈ തണുത്ത വാതകപടലം വളരെ വിസ്തൃതിയിൽ വ്യാപിച്ചു കിടക്കുകയായിരുന്നു. ഈ വാതകപടലത്തിന്റെ ചില ഭാഗങ്ങൾ ഗുരുത്വാകർഷണം മൂലം സങ്കോചിക്കാനാരംഭിച്ചു.

വാതകമേഘത്തിന്റെ സമീപപ്രദേശങ്ങളിലെങ്ങോ നടന്ന ഒരു വിസ്ഫോടനം സൃഷ്ടിച്ച ആഘാതം വാതകങ്ങളുടെ ഈ സങ്കോചത്തിന് ആക്കം കൂട്ടിയിരിക്കാമെന്നും ശാസ്ത്രജ്ഞന്മാർ കരുതുന്നുണ്ട്.

മറ്റു നക്ഷത്രങ്ങളുടേതിൽ നിന്നു വ്യത്യസ്തമായി ചുഴിപോലെ കറങ്ങിത്തിരിയുന്ന ഒരു വാതകമേഘമായിരുന്നു അത്. സാവധാനം അത് ഒരു പരന്ന തളികയുടെ രൂപം കൈവരിച്ചു. ഗ്രഹരൂപീകരണത്തിന്റെ പ്രാരംഭദശയിൽ എന്നു കരുതപ്പെടുന്ന ഇത്തരം ചില പ്രതിഭാസങ്ങൾ അമേരിക്ക വിക്ഷേപിച്ച ചില ഇൻഫ്രാറെഡ് അസ്ട്രണോമിക്കൽ സാറ്റലൈറ്റുകൾ (IRAS) കണ്ടെത്തുകയുണ്ടായിട്ടുണ്ട്.

കാന്തിക പ്രഭാവങ്ങളും ഈ പ്രക്രിയയിൽ ഒരു പ്രധാന പങ്കു വഹിച്ചിട്ടുണ്ടാകാം. ഡിസ്കിന്റെ വീർത്ത കേന്ദ്രഭാഗത്ത് ഇതുമൂലം ഭ്രമണവേഗത കുറയാനും അകലുന്തോറും അതു കൂടാനും ഇതു കാരണമായി. ഡിസ്കിന്റെ മധ്യഭാഗം സങ്കോചിച്ച് താപനില ഉയർന്ന് അതൊരു നക്ഷത്രമായി മാറി. അതാണു സൂര്യൻ. കേന്ദ്രത്തിൽ

നിന്നകന്ന് ഘനീഭവിച്ച ഭാഗങ്ങളുടെ ഊഷ്മാവ് കുറയുകയും അതിന നുസരിച്ചുള്ള ഒരു രാസഘടന അതിലെ പദാർഥങ്ങൾ കൈവരിക്കു കയും ചെയ്തു. ഉയർന്ന താപനിലയിൽ ഖരാവസ്ഥ പ്രാപിക്കാൻ കഴിയുന്നവ ആദ്യം സൂര്യന്റെ സമീപത്തുള്ള ഗ്രഹങ്ങൾക്കു ജന്മമേകി. താഴ്ന്ന താപനിലയിൽ മാത്രം ഘനീഭവിക്കാൻ കഴിയുമായിരുന്ന പദാർഥങ്ങൾ അകലെയുള്ള ഗ്രഹങ്ങളായി. സൂര്യനോട് താരതമ്യേന അടുത്തു സ്ഥിതിചെയ്യുന്ന ഭൂമിക്ക് നല്ലൊരു പങ്ക് ലോഹങ്ങൾ ലഭിക്കാനിടയായതങ്ങനെയാണ്. വ്യാഴവും ശനിയും പോലുള്ള വിദൂര ഗ്രഹങ്ങളിലാകട്ടെ വളരെ താഴ്ന്ന താപനിലയിൽ മാത്രം ഘനീ ഭവിക്കുന്ന ഹൈഡ്രജൻ, ഹീലിയം തുടങ്ങിയ വാതകങ്ങളുമാണ്.

ഭൂമിയിലുണ്ടായ പാറകളിലും ഉൽക്കകളിലും മറ്റുമുള്ള റേഡി യോ ആക്ടീവ് മൂലകങ്ങളുടെ അംശം അളന്ന് സൗരയൂഥത്തിന്റെ പ്രാ യം ഏതാണ്ട് 500 കോടി വർഷമാണെന്ന് കണക്കാക്കിയിട്ടുണ്ട് - ക്ഷീര പഥത്തിന്റെ മൂന്നിലൊന്ന്. ചന്ദ്രൻ ഉണ്ടായത് എങ്ങനെയാണ്? സൗരയൂ ഥമുണ്ടായ കാലത്ത് ഭൂമിയിൽനിന്നു വേർപെട്ടു പോയതാണോ? അ തോ സ്വയം രൂപംകൊണ്ടതോ? ചന്ദ്രന്റെ ഉപരിതലത്തിൽ നിന്നു ശേഖ രിച്ച വസ്തുക്കൾ വിശകലനം ചെയ്തപ്പോൾ അത് ഭൂമിയുടേതിൽ നി ന്നു തികച്ചും വ്യത്യസ്തമാണ് എന്നാണു മനസ്സിലായത്. സ്വതന്ത്രമാ യി രൂപപ്പെട്ട് ഭൂമിയുടെ ആകർഷണ വലയത്തിൽ അകപ്പെട്ട് ഉപഗ്രഹ മായി മാറിയ ഒന്നാണ് ചന്ദ്രൻ എന്നു കരുതുന്നതിലും തെറ്റില്ല.

സൗരയൂഥത്തിന്റെ ഉൽഭവത്തെക്കുറിച്ചുള്ള മറ്റൊരു വാദം ഇതാ ണ്. ആദിയിൽ സൂര്യൻ മാത്രമേ ഉണ്ടായിരുന്നുള്ളൂ. പിന്നീടെന്നോ അടുത്തുകൂടി മറ്റൊരു നക്ഷത്രം കടന്നുപോയി. ആ നക്ഷത്രം ചെലുത്തിയ ഗുരുത്വാകർഷണം മൂലം സൂര്യന്റെ ആ വശത്ത് വലിയ വേലിയേറ്റമുണ്ടാകുകയും കുറേഭാഗം വിട്ടുപോയി സൂര്യനെത്തന്നെ ചുറ്റാൻ തുടങ്ങുകയും ചെയ്തു. പതുക്കെ അത് പല കഷണങ്ങളായി തണുത്തുറഞ്ഞ് ഗ്രഹങ്ങളായി മാറി.

തെളിവുകൾ പലതും മേൽപ്പറഞ്ഞ സിദ്ധാന്തത്തിനെതിരാണ്. ഒന്നാമത് അത്തരത്തിൽ വിട്ടുപോരുന്ന ഉയർന്ന താപനിലയിലുള്ള വാതകങ്ങൾക്ക് ഗ്രഹങ്ങളായി മാറാൻ വേണ്ടത്ര ഗുരുത്വാകർഷണ ബലം സ്വരൂപിക്കാൻ ബുദ്ധിമുട്ടാണ്. രണ്ടാമത് അനന്തവിശാലമായ പ്രപഞ്ചത്തിലെ മറ്റൊരു നക്ഷത്രം സൂര്യനടുത്തുകൂടി കടന്നുപോകാ നുള്ള സാധ്യതയും പൂജ്യത്തോടടുത്താണ്.

ചുഴലി പോലെ ചുറ്റുന്ന വാതകമേഘങ്ങൾ ഘനീഭവിച്ച് അവിടവി ടെ സാന്ദ്രമായ വാതകഗോളങ്ങളുണ്ടാകുകയും കേന്ദ്രസ്ഥാനത്തുള്ള വലിയ ഗോളം ചൂടുപിടിച്ച് സൂര്യനാകുകയും അകലെയുള്ളവ സംഘട്ടന ങ്ങളിലൂടെയും പ്രതിപ്രവർത്തനങ്ങളിലൂടെയും കൂടിച്ചേരലുകളിലൂടെയും ഗ്രഹങ്ങളും ഉപഗ്രഹങ്ങളും ക്ഷുദ്രഗ്രഹങ്ങളും ഉൽക്കകളും മറ്റുമായി മാറുകയും ചെയ്തു എന്നാണ് ഇന്നംഗീകരിക്കപ്പെട്ടിരിക്കുന്നത്. ഈ വ സ്തുക്കളെയെല്ലാം സൂര്യൻ ഗുരുത്വാകർഷണത്താൽ ബന്ധിച്ചിരിക്കുന്നു.

സൗരയൂഥത്തിലുള്ളത് പ്രധാനമായും എട്ടു ഗ്രഹങ്ങൾ, അതിനെ ചുറ്റുന്ന ഉപഗ്രഹങ്ങൾ, വാമനഗ്രഹങ്ങൾ എന്നിവയാണ്. അടുത്ത കാലം വരെ പ്ലൂട്ടോയെ ഒരു ഗ്രഹമായി കണക്കിലെടുത്തിരുന്നു. ഇന്ന് അതിന്റെ സ്ഥാനം, തൊട്ടുതാഴെയുള്ള വാമനഗ്രഹങ്ങളുടെ പട്ടികയിലാണ്. ഛിന്നഗ്രഹങ്ങൾ, ധൂമകേതുക്കൾ, ഉൽക്കകൾ എന്നിവയാണ് മറ്റു വസ്തുക്കൾ. ഇതു കൂടാതെ പൊടിപടലങ്ങളും വാതകമേഘങ്ങളും അവിടവിടെയായി സ്ഥിതിചെയ്യുന്നു.

പ്ലൂട്ടോ മുതലുള്ള വാമനഗ്രഹങ്ങൾ വളരെ ദൂരെ സൂര്യനിൽനിന്ന് ഏകദേശം 600 കോടി കിലോമീറ്ററുകൾക്കപ്പുറം തണുത്തുറഞ്ഞ കുയിപ്പർ മേഖല (Kuiper belt)യിലാണ് സ്ഥിതി ചെയ്യുന്നത്. അതിനുമപ്പുറത്താണ് ധൂമകേതുക്കളുടെ ഉൽഭവസ്ഥാനമായ ഊർട് മേഘമേഖല. സൗരയൂഥത്തിന്റെ ഉൽപ്പത്തിക്കു തെളിവു നൽകിയേക്കാവുന്ന പല വസ്തുക്കളും കുയിപ്പർ മേഖലയിലും ഊർട് മേഘമേഖലയിലും അലയുന്നുണ്ടെന്നാണു കരുതുന്നത്. ഭാവിയിൽ ഇത് കൂടുതൽ വ്യക്തതയുള്ള സിദ്ധാന്തങ്ങളിലെത്തിച്ചേരാൻ മനുഷ്യരാശിയെ സഹായിക്കുമെന്നു പ്രതീക്ഷിക്കാം.

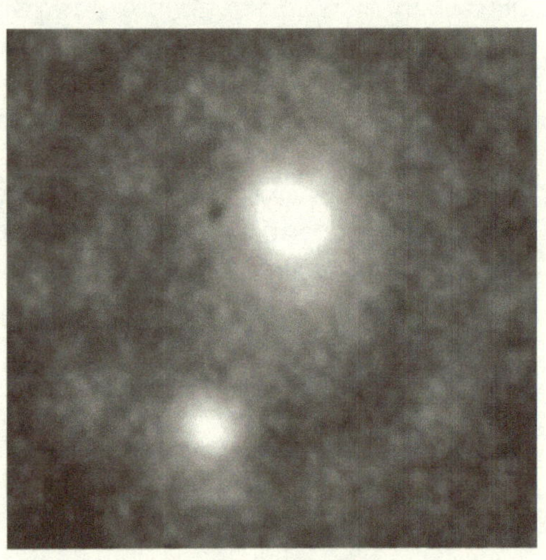
പ്ലൂട്ടോയും ഷാരോണും

ഗ്രീക്ക്/റോമൻ ഇതിഹാസ കഥാപാത്രങ്ങളുടെ പേരുകളാണ് പാശ്ചാത്യർ ഗ്രഹങ്ങൾക്കു നൽകിയത്. ഭാരതീയരാകട്ടെ അവരുടെ ഇതിഹാസ കഥാപാത്രങ്ങളുടെ പേരുകളും. മെർക്കുറി - ദൈവദൂതൻ (ബുധൻ - ചന്ദ്രന് ഗുരുഭാര്യയായ താരയിൽ ഉണ്ടായ പുത്രൻ), വീനസ് - സ്നേഹദേവത (ശുക്രൻ - അസുര ഗുരു), മാഴ്സ് - യുദ്ധദേവൻ (ചൊവ്വ, കുജൻ - ദേവഗണത്തിലെ ഒരു പ്രധാനി), ജൂപ്പിറ്റർ - ദൈവങ്ങളുടെ രാജാവ് (വ്യാഴം, ഗുരു - ദേവഗുരു ബ്രഹസ്പതി), സാറ്റേൺ - ജൂപ്പിറ്ററിന്റെ അച്ഛൻ (ശനി - സൂര്യപുത്രൻ).

യുറാനസ്, നെപ്ട്യൂൺ എന്നിവ ശാസ്ത്രയുഗത്തിന്റെ ഉദയത്തിനു ശേഷം ടെലിസ്കോപ്പിന്റെ സഹായത്തോടെ കണ്ടുപിടിക്കപ്പെട്ടവയാണ്. പാശ്ചാത്യർ അതിന് സ്വർഗദേവന്റെയും കടൽ ദേവന്റെയും പേരുകളാണ് നൽകിയത്. പിന്നീടു കണ്ടുപിടിച്ച പ്ലൂട്ടോക്ക്

അധോലോക ദേവന്റെ പേരും നൽകി. ഭാരതീയർ അതിന് പ്രത്യേക പേരുകളൊന്നും നൽകിയിട്ടില്ല. ജ്യോത്സ്യന്മാർക്ക് അവരുടെ പട്ടികയിൽ അതിനെ ഉൾപ്പെടുത്താനും കഴിയില്ല. ചില ജോത്സ്യപ്രസിദ്ധീകരണങ്ങളിൽ രാഹുകേതുക്കളെ യൂറാനസ്-നെപ്ട്യൂൺ എന്നു വിശേഷിപ്പിച്ചിട്ടുണ്ട്. അത് അവർക്ക് ജോത്സ്യംപോലുമറിയില്ല എന്നതിനു തെളിവാണ്. കാരണം രാഹു -കേതു എന്നീ സാങ്കല്പിക സ്ഥാനങ്ങളുടെ ഭ്രമണകാലവും യൂറാനസ്സിന്റെയും നെപ്ട്യൂണിന്റെയും ഭ്രമണകാലങ്ങളുമായി ഒരുവിധ താരതമ്യവുമില്ല.

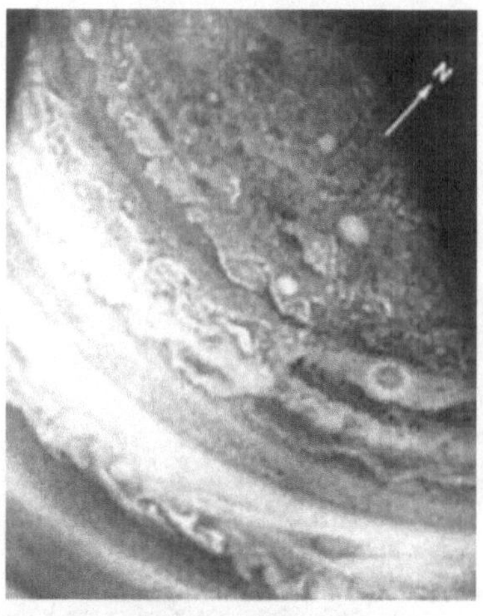

യൂറാനസിന്റെ ഉപരിതലം

8

നവഗ്രഹങ്ങൾ സങ്കൽപ്പവും യാഥാർഥ്യവും

പുതിയ ഒരു ഗ്രഹത്തെക്കൂടി സൗരയൂഥത്തിൽ കണ്ടെത്തി എന്ന വാർത്തയുമായാണ് 2006 ജൂലൈ 31 ലെ പത്രങ്ങളെല്ലാം പുറത്തിറങ്ങിയത്. 'സൗരയൂഥത്തിൽ ഇനി ദശഗ്രഹങ്ങൾ', 'പുതിയ ഗ്രഹം 900കോടി മൈൽ അകലെ', 'നവഗ്രഹ സങ്കൽപ്പത്തിനു വിട' എന്നും മറ്റുമുള്ള ആകർഷണീയങ്ങളായ തലക്കെട്ടുകളും പത്രങ്ങൾ നൽകിക്കണ്ടു. ജ്യോതിശാസ്ത്രപരമായ കാര്യങ്ങളിൽ ജിജ്ഞാസയുണർത്തുന്നതിനും ഗ്രഹങ്ങളെക്കുറിച്ച് പരമ്പരാഗതമായി പുലർത്തി വരുന്ന തെറ്റിദ്ധാരണകൾ തിരുത്തുന്നതിനും ഈ കണ്ടുപിടുത്തം സഹായകമായി എന്നതിനു സംശയമില്ല. എന്നാൽ അബദ്ധധാരണകൾ നിലനിറുത്തി, അതുകൊണ്ടുപജീവനം കഴിക്കുന്നവരെ സംബന്ധിച്ചിടത്തോളം അവരിതിനെ സ്വാഭാവികമായും അവഗണിക്കുകയേയുള്ളു; അതാണ് പതിവ്.

ഭൂകേന്ദ്രിതമായ പ്രപഞ്ച സങ്കൽപ്പമായിരുന്നു പതിനേഴാം നൂറ്റാണ്ടുവരെ നിലനിന്നിരുന്നത്. അരിസ്റ്റോട്ടിൽ ക്രോഡീകരിച്ച ഈ പ്രപഞ്ച സിദ്ധാന്തം കത്തോലിക്കാസഭക്കു വേണ്ടി തോമസ് അക്വിനാസ് അംഗീകരിച്ചുറപ്പിച്ചു. പിന്നീടു വന്ന പ്രൊട്ടസ്റ്റന്റുകാർക്കും ഇക്കാര്യത്തിൽ അഭിപ്രായവ്യത്യാസമുണ്ടായിരുന്നില്ല. ബാബിലോണിയ, ഗ്രീസ്, ഈജിപ്റ്റ്, ഭാരതം, ചൈന തുടങ്ങിയ പ്രാചീന ചിന്താധാരകളിലും ഏറക്കുറെ ഈ ധാരണകൾ തന്നെയായിരുന്നു. കാരണം നഗ്നനേത്രങ്ങൾ കൊണ്ട് സ്വരൂപിക്കാവുന്ന ഒരു പദ്ധതി ഇതുതന്നെയാണ്. മാത്രമല്ല, കച്ചവടസഞ്ചാരങ്ങളോടൊപ്പം അറിവുകളും അന്ന് കൈമാറ്റം ചെയ്യപ്പെട്ടിരുന്നു. രാശിചക്രം ലോകമാകെ ഐകരൂപ്യമുള്ളതാണല്ലോ.

അണ്ഡകടാഹത്തോടൊപ്പം വേഗവ്യത്യാസത്തോടെ ഭൂമിയെ ചുറ്റുന്നു എന്ന് അവർ ധരിച്ചിരുന്ന ഏഴു ഗ്രഹങ്ങൾ ഞായർ (സൂര്യൻ),

തിങ്കൾ (ചന്ദ്രൻ), ചൊവ്വ, ബുധൻ, വ്യാഴം, വെള്ളി, ശനി എന്നിവയാണ്; ഈ പേരുകളാണ് ആഴ്ചയിലെ ദിവസങ്ങൾക്കു നൽകിയത്. ഭാരതീയരെ സംബന്ധിച്ചിടത്തോളം രാഹു, കേതു എന്നീ രണ്ടു ഗ്രഹങ്ങൾ കൂടിയുണ്ട്. സൂര്യഗ്രഹണം, ചന്ദ്രഗ്രഹണം എന്നിങ്ങനെ അവരെ അത്ഭുതപ്പെടുത്തിയിരുന്ന രണ്ടു പ്രതിഭാസങ്ങൾ ഈ രണ്ട് അസുരഗ്രഹങ്ങളുടെ വിക്രിയകളാണെന്നാണ് അവർ സങ്കൽപ്പിച്ചത്. ഇതിനുള്ള യഥാർഥ കാരണം ചന്ദ്രന്റെയും ഭൂമിയുടെയും നിഴലുകളാണെന്ന തിരിച്ചറിവ് അന്നുണ്ടായിരുന്നില്ല. കഥയ്ക്കു മാറ്റമുണ്ടെങ്കിലും ചൈനക്കാരും ഇതിനോടു സാമ്യമുള്ള നവഗ്രഹപദ്ധതിയാണ് വച്ചുപുലർത്തിയിരുന്നത്.

അരിസ്റ്റോട്ടിലിനു മുൻപ് അരിസ്റ്റാർക്കസും കോപ്പർനിക്കസിനു മുൻപ് ആര്യഭട്ടനും പ്രപഞ്ചത്തിന്റെ കേന്ദ്രം സൂര്യനാണെന്ന് അഭിപ്രായപ്പെട്ടിരുന്നു. അത് അവഗണിക്കപ്പെടുന്നതിന് രണ്ടു കാരണങ്ങളുണ്ടായിരുന്നു. വേണ്ടവിധത്തിൽ അതു മനസ്സിലാക്കുന്നതിനുള്ള ധാരണാശക്തിയില്ലായ്മ ആയിരുന്നു ഒന്ന്. രണ്ടാമത് അത് ജ്യോതിഷപദ്ധതികളെ അലങ്കോലപ്പെടുത്തി ഫലം പറയുന്നതിലൂടെയും പ്രായശ്ചിത്തം ചെയ്യുന്നതിലൂടെയും ലഭിക്കുന്ന വരുമാനമില്ലാതാക്കുമെന്ന ഭയം.

ഭൂമിയല്ല, സൂര്യനാണു പ്രപഞ്ചകേന്ദ്രമെന്ന ആശയം അവതരിപ്പിച്ചത് കോപ്പർനിക്കസാണ്. ഭൂമി സ്വന്തം അച്ചുതണ്ടിൽ കറങ്ങുകയും അതോടൊപ്പം അത് സൂര്യനെ വലംവയ്ക്കുകയും ചെയ്യുന്നുണ്ട് എന്നുള്ള ആശയവും അദ്ദേഹത്തിനുണ്ടായി. എന്നാൽ ഇതു പ്രസിദ്ധീകരിക്കുവാൻ അദ്ദേഹത്തിന് പരാധീനതകളുണ്ടായിരുന്നു. ഒന്നാമത് അദ്ദേഹം ഒരു പള്ളിപുരോഹിതനായിരുന്നു. തന്റെ ആശയങ്ങൾ *ബൈബിൾ* സങ്കൽപ്പത്തിനെതിരാകയാൽ അതു പ്രസിദ്ധീകരിച്ചാലുണ്ടാകാവുന്ന പ്രത്യാഘാതങ്ങളെക്കുറിച്ച് കോപ്പർനിക്കസ് ബോധവാനായിരുന്നു. മാത്രമല്ല, *ആകാശ ഗോളങ്ങളുടെ ചുറ്റിത്തിരിയലുകളെക്കുറിച്ച്* എന്ന പ്രബന്ധം അച്ചടിക്കാൻ പ്രസ്സുകളോ പ്രസിദ്ധീകരിക്കാൻ പ്രസാധകരോ തയ്യാറുമല്ലായിരുന്നു. ജീവിതാന്ത്യത്തോടടുത്തപ്പോൾ "ഇതൊരു സാങ്കൽപ്പിക പദ്ധതി" എന്ന മുഖവുരയോടെയാണ് അതു പ്രസിദ്ധീകരിക്കപ്പെടുന്നത്. ആ വർഷം തന്നെ (1543) അദ്ദേഹം മരിക്കുകയും ചെയ്തു.

കോപ്പർ നിക്കസ് (1473 - 1543)
ഭൂകേന്ദ്രിതമായ പ്രപഞ്ചസങ്കല്പത്തെ വെല്ലുവിളിച്ച പ്രതിഭാശാലി

ഇറ്റാലിയൻ തത്വചിന്തകനും ജ്യോതിശാസ്ത്രകാരനും ഗണിതശാസ്ത്രജ്ഞനുമായ ബ്രൂണോ കോപ്പർനിക്കസിന്റെ ആശയങ്ങൾ പ്രചരിപ്പിച്ചു

കൊണ്ട് യൂറോപ്പിലുടനീളം ചുറ്റിസഞ്ചരിച്ചു. അദ്ദേഹത്തിന്റെ ആശയങ്ങളെ വച്ചുപൊറുപ്പിക്കാൻ സഭ തയ്യാറല്ലായിരുന്നു. 1600-ാമാണ്ടിൽ അവരദ്ദേഹത്തെ പരസ്യമായി ചുട്ടുകൊന്നു.

ഈ പശ്ചാത്തലത്തിലാണ് ഗലീലിയോ തന്റെ ടെലിസ്കോപ്പുകൾ ആകാശത്തിലേക്കു തിരിക്കുന്നത്. കോപ്പർനിക്കസിന്റെ നിഗമനങ്ങളെ നിരാകരിക്കാൻ അദ്ദേഹത്തിനു കഴിയുമായിരുന്നില്ല. പ്രപഞ്ചകേന്ദ്രം സൂര്യനാണെന്ന ഗലീലിയോവിന്റെ പ്രഖ്യാപനം മതാധികാരികളെ വീണ്ടും പ്രകോപിതരാക്കി. അദ്ദേഹവും വിചാരണയ്ക്കു വിധേയനായി. ബ്രൂണോയുടെ അനുഭവത്തിനു സാക്ഷിയായിരുന്ന അദ്ദേഹം മാപ്പു പറഞ്ഞ് ജീവൻ നിലനിർത്തി. ജീവിതാവസാനം വരെ വീട്ടുതടങ്കലിലായിരുന്നുവെങ്കിലും ഗവേഷണങ്ങളിലും പ്രബന്ധ രചനകളിലും മുഴുകിയാണ് ഗലീലിയോ ജീവിച്ചത്.

ടെലിസ്കോപ്പുകളുടെ കണ്ടുപിടിത്തങ്ങൾക്കും പരിഷ്കരണങ്ങൾക്കും ശേഷമാണ് യുറാനസ്, നെപ്ട്യൂൺ എന്നീ ഗ്രഹങ്ങൾ കണ്ടുപിടിക്കപ്പെടുന്നത്. സൂര്യൻ, ചന്ദ്രൻ എന്നീ ഗ്രഹങ്ങൾ പട്ടികയിൽ നിന്നൊഴിവാക്കപ്പെടുകയും ഭൂമി, യുറാനസ്, നെപ്ട്യൂൺ എന്നിവ കൂട്ടിച്ചേർക്കപ്പെടുകയും ചെയ്തു. അങ്ങനെ ഗ്രഹങ്ങൾ എട്ടായി. അശ്രാന്തപരിശ്രമങ്ങൾക്കു ശേഷം 1930ലാണ് പ്ലൂട്ടോ കണ്ടുപിടിക്കപ്പെട്ടത്. ഒരു ഗ്രഹമെന്ന പരിഗണനയ്ക്ക് അർഹമല്ലാത്തത്ര ചെറുതാണിത്. ബുദ്ധിമുട്ടിയ ശാസ്ത്രജ്ഞർക്കുള്ള പാരിതോഷികം പോലെയാണ് അതിന് ഗ്രഹത്തിന്റെ പദവി നൽകപ്പെട്ടത്. ഇപ്പോൾ കണ്ടുപിടിക്കപ്പെട്ടിട്ടുള്ള ഭ്രമണവസ്തുവും ഒരു ഗ്രഹമെന്ന പദവി അർഹിക്കുന്നുണ്ടെന്നു തോന്നുന്നില്ല. സൗരയൂഥത്തിൽ ഇതിനേക്കാൾ എത്രയോ വലിയ ഉപഗ്രഹങ്ങളും ചൊവ്വയ്ക്കും വ്യാഴത്തിനുമിടയിലുള്ള ഛിന്നഗ്രഹ വലയത്തിൽ ഇതിനോടടുത്ത വസ്തുക്കളുമുണ്ട്. വാന നിരീക്ഷണ ശാസ്ത്രജ്ഞന്മാരുടെ ഔദ്യോഗിക സംഘടന (ഇന്റർനാഷണൽ അസ്ട്രോണമിക്കൽ യൂണിയൻ (IAU) ഇതെല്ലാം വിലയിരുത്തിയശേഷമാണ് പ്ലൂട്ടോയെ ഗ്രഹങ്ങളുടെ പട്ടികയിൽ നിന്ന് ഒഴിവാക്കാനുള്ള തീരുമാനമെടുത്തത്.

പ്രപഞ്ചം സൂര്യകേന്ദ്രിതമാണെന്ന സങ്കല്പവും എന്നേ മാറിക്കഴിഞ്ഞു. അനേകകോടി നക്ഷത്രങ്ങളിൽ താരതമ്യേന ചെറിയ ഒരു നക്ഷത്രം മാത്രമാണ് സൂര്യനെന്ന് നമുക്കിന്നറിയാം. എന്നാൽ, സൂര്യനെ വലംവയ്ക്കുന്ന ഗ്രഹങ്ങളുടെ മൊത്തം പിണ്ഡം സൂര്യന്റേതിന്റെ ഒരു ശതമാനത്തിൽ താഴെയേ വരൂ. ഗ്രഹങ്ങളുടെ കൂട്ടത്തിലും ഭൂമി താരതമ്യേന ചെറുതാണ്.

കത്തോലിക്കാസഭ ഗലീലിയോക്കു കൽപ്പിച്ചിരുന്ന വിലക്കുകളെല്ലാം ഇന്ന് നീക്കം ചെയ്തുകഴിഞ്ഞു. ബ്രൂണോയോടും ഗലീലിയോയോടും കാണിച്ച അനീതികൾക്ക് ജോൺ പോൾ മാർപ്പാപ്പ മാപ്പുചോദിച്ചു. അത് കാലത്തിന്റെ നന്മ. കോപ്പർനിക്കസിന്റെ കാലത്തിനു മുൻപ് നിലനിന്നിരുന്നതും കാലഹരണപ്പെട്ടതുമായ നവഗ്രഹസങ്കൽപ്പങ്ങളിൽ കുടുങ്ങിക്കിടക്കുന്ന ജ്യോതിഷം പഠനവിഷയമാക്കണമെന്ന് ഇന്നു പറയുന്നവർക്ക് ആരു മാപ്പുനൽകും!

9

ഗ്രഹങ്ങളെ തേടി ഒരു ആകാശയാത്ര

ആകാശം എക്കാലവും മനുഷ്യന് അത്ഭുതങ്ങളുടെ ഖജനാവാണ്. രാത്രിയിലെ തെളിഞ്ഞ ആകാശം മനസ്സിന്റെ ഉള്ളറകളിൽ അജ്ഞാതമായ സങ്കടങ്ങളുടെയും കൊച്ചു കൊച്ചു സന്തോഷങ്ങളുടെയും വേലിയേറ്റങ്ങളും വേലിയിറക്കങ്ങളും ഉണ്ടാക്കാൻ പോന്നതാണ്. മതങ്ങളും തത്വചിന്തകളും കലയും ശാസ്ത്രവും അനന്തമായ ആകാശദൃശ്യത്തിൽ നിന്ന് പ്രചോദനം ഉൾക്കൊണ്ടിട്ടുണ്ട്. ഏതറിവുകളേയും മതവും വിശ്വാസങ്ങളുമായി യോജിപ്പിക്കാനുള്ള പൗരാണിക വാസന ജ്യോതിശാസ്ത്രത്തെയും വെറുതെ വിട്ടില്ല. ഭൂമി ഭൗതികതയുടെയും ആകാശം ആത്മീയതയുടെയും പ്രതീകമായി.

ആകാശഗോളങ്ങളുടെ ചലനങ്ങൾ നഗ്നനേത്രങ്ങൾകൊണ്ടു നിരീക്ഷിച്ചാണ് ആദ്യ തലമുറകൾ ജ്യോതിശാസ്ത്രപരമായ വിജ്ഞാനം സ്വരൂപിച്ചത്. സഞ്ചാരികൾക്ക് ദിക്കറിയാനും സമയമറിയാനും ഇത് അത്യന്താപേക്ഷിതമായിരുന്നു. പ്രാചീന സംസ്കാരങ്ങൾ തനതായും പരസ്പര ആശയവിനിമയത്തിലൂടെയും തങ്ങളാലാവും വിധം ജ്യോതിശാസ്ത്രത്തെ പരിപോഷിപ്പിച്ചുവന്നു.

നഗ്നനേത്രങ്ങൾ കൊണ്ട് സ്വരൂപിച്ചെടുക്കാവുന്ന പ്രപഞ്ചചിത്രം ഭൂമിയെ കേന്ദ്രമാക്കിക്കൊണ്ടുള്ളതായിരുന്നു. സൂര്യൻ, ചന്ദ്രൻ, ചൊവ്വ, ബുധൻ, വ്യാഴം, വെള്ളി, ശനി എന്നീ ഏഴു ഗ്രഹങ്ങൾ ഭൂമിയെ ചുറ്റുന്നു എന്നതായിരുന്നു ധാരണ. ഇന്ത്യക്കാരെ സംബന്ധിച്ചിടത്തോളം രാഹു, കേതു എന്നീ രണ്ട് അസുരഗ്രഹങ്ങളുമുണ്ട്. സൂര്യ-ചന്ദ്ര ഗ്രഹണങ്ങൾക്കു കാരണമായ നിഴലുകൾക്ക് തെറ്റിദ്ധാരണ മൂലം നൽകപ്പെട്ട 'ഗ്രഹസ്ഥാശ്രമ'മത്രേ അത്!

ബുധൻ, ശുക്രൻ (വെള്ളി) എന്നീ ഗ്രഹങ്ങളുടെ ചലനം നിരീക്ഷി

ച്ചതാണ് കോപ്പർനിക്കസിനെ മറിച്ചു ചിന്തിക്കാൻ പ്രേരിപ്പിച്ചത്. എന്തുകൊണ്ടാണ് ബുധനെയും ശുക്രനെയും രാത്രികാലങ്ങളിൽ കാണാൻ കഴിയാത്തത് എന്ന അന്വേഷണമാണ് ഇതിലേക്കെത്തിച്ചത്. പ്രപഞ്ചകേന്ദ്രം സൂര്യനാണെന്നും സൂര്യൻ ഒരു നക്ഷത്രമാണെന്നും ഭൂമി ഒരു ഗ്രഹം മാത്രമാണെന്നും അത് സ്വയം കറങ്ങുന്നുണ്ടെന്നും ചന്ദ്രൻ ഭൂമിയെ ചുറ്റുന്ന ഉപഗ്രഹമാണെന്നും അദ്ദേഹം മനസ്സിലാക്കി. പ്രപഞ്ചവിജ്ഞാനീയത്തിലെ ഒരു വഴിത്തിരിവായിരുന്നു അത്.

ടെലിസ്കോപ്പുകളുടെ കണ്ടുപിടുത്തം മറ്റൊരു വിപ്ലവത്തിനു വഴി തെളിച്ചു. ടൈക്കോബ്രാഹേ, ഗലീലിയോ, കെപ്ലർ എന്നീ ശാസ്ത്രജ്ഞന്മാർ ജ്യോതിശ്ശാസ്ത്രത്തെ വളരെയേറെ പരിപോഷിപ്പിച്ചു. സൂര്യനും ചന്ദ്രനും ഗ്രഹങ്ങളുടെ പട്ടികയിൽ നിന്ന് നീക്കപ്പെടുകയും ഭൂമിയെ അവിടെ പ്രതിഷ്ഠിക്കുകയും ചെയ്തു. ഭൂമിക്ക് ചന്ദ്രൻ എന്നപോലെ ചൊവ്വ, വ്യാഴം എന്നീ ഗ്രഹങ്ങൾക്കും ഉപഗ്രഹങ്ങളുള്ളതായി മനസ്സിലാക്കി. എന്നാൽ ശനിക്കപ്പുറം ഗ്രഹങ്ങളേതെങ്കിലും ഉണ്ടെന്ന ഒരു ധാരണ അവർക്കില്ലായിരുന്നു.

ടെലിസ്കോപ്പുകളുടെ പരിഷ്കരണങ്ങളിലൂടെ അതിന്റെ ദർശന പരിധി വർദ്ധിക്കാൻ തുടങ്ങിയതോടെ ജിജ്ഞാസുക്കൾക്ക് അടങ്ങിയിരിക്കാൻ കഴിയാതായി. ആറു ഗ്രഹങ്ങൾക്കിടയിലോ അവയ്ക്കപ്പുറമോ വേറെയും ഗ്രഹങ്ങളുണ്ടോ എന്ന അന്വേഷണമാണ് പിന്നീടു നടന്നത്. അതിന്റെ വിജയപരാജയങ്ങളുടെ ഉദ്വേഗജനകമായ കഥയാണിവിടെ പറയുന്നത്.

സൂര്യനിൽ ചില കറുത്ത പാടുകളുടെ ചലനം ശാസ്ത്രജ്ഞന്മാർ നിരീക്ഷിച്ചു വന്നിരുന്നു. ഇത് ഏതെങ്കിലും ഗ്രഹങ്ങളുടെ സഞ്ചാരമായിരിക്കുമോ എന്നവർ സംശയിച്ചു. സൂര്യനും ബുധനും ഇടയിൽ വൾക്കൻ എന്നൊരു ഗ്രഹമുള്ളതായി ഒരു പ്രചരണവുമുണ്ടായി. എന്നാൽ പതിനെട്ടാം നൂറ്റാണ്ടായപ്പോഴേക്കും സൂര്യനും ഭൂമിക്കുമിടയ്ക്ക് ബുധനും വെള്ളി(ശുക്രൻ)യുമല്ലാതെ മറ്റു ഗ്രഹങ്ങളില്ല എന്ന് സ്ഥിരീകരിക്കപ്പെട്ടു. അതോടെ ശ്രദ്ധ അറിയപ്പെട്ടിരുന്നതിൽ വച്ച് അകലെയുള്ള ശനിയുടേയുമപ്പുറത്തേക്കായി.

ദൂരദർശിനികളുണ്ടാക്കുന്നതും അതിലൂടെ ആകാശനിരീക്ഷണം നടത്തുന്നതും വില്യം ഹെർഷൽ എന്ന ബ്രിട്ടീഷ് സംഗീതജ്ഞന്റെ ഒഴിവുസമയ വിനോദമായിരുന്നു. ക്ഷീരപഥത്തിലെ ഇരട്ട നക്ഷത്രങ്ങളായിരുന്നു അദ്ദേഹത്തിന്റെ പ്രധാന ലക്ഷ്യം. വ്യവസ്ഥാപിത നിരീക്ഷണകേന്ദ്രങ്ങൾ ശനിക്കപ്പുറമുള്ള ഗ്രഹങ്ങളെ ലക്ഷ്യമാക്കിയപ്പോൾ, അതിനുമപ്പുറം ഗ്രഹങ്ങളുണ്ടെന്ന് ഹെർഷൽ വിശ്വസിച്ചിരുന്നില്ല.

1781 മാർച്ച് 13ന് രാത്രി പത്തരമണി. എടവം രാശിയിലുള്ള നക്ഷത്രങ്ങളെ നിരീക്ഷിക്കാൻ ഹെർഷൽ തന്റെ ടെലസ്കോപ്പു തിരിച്ചു. അത്ഭുതമെന്നു പറയട്ടെ, മിഥുനം രാശിയോടടുത്ത് ഒരു അസാധാരണ വസ്തുവിനെ അദ്ദേഹം ദർശിച്ചു. അതൊരു ഉപഗ്രഹമോ ധൂമകേതുവോ

ഗലീലിയോ ഗലീലി (Galileo Galilei)

നെബുലയോ ആയേക്കാമെന്നേ അദ്ദേഹം കരുതിയുള്ളൂ. എന്നാൽ സ്ഥാനഭ്രംശം സംഭവിച്ച നിലയിൽ നാലാം ദിവസം അതിനെ വീണ്ടും ദർശിച്ചപ്പോൾ വാൽ വ്യക്തമാകാത്ത ധൂമകേതുവാണോ അതെന്നു നിരീക്ഷിക്കാൻ തീരുമാനിച്ചു. സഞ്ചാരപഥം ദീർഘവൃത്താകൃതിയുള്ള ധൂമകേതുക്കളുടേതുമായി അതിനു പൊരുത്തമില്ലെന്നു മനസ്സിലായതോടെ അതൊരു ഗ്രഹമാണെന്നു സ്ഥിരീകരിക്കപ്പെട്ടു. അവസാന ഗ്രഹമെന്നു ധരിച്ചിരുന്ന ശനിക്ക് സൂര്യനിൽനിന്നുള്ളതിന്റെ ഇരട്ടി ദൂരത്തിലായിരുന്നു പുതിയ ഗ്രഹത്തിന്റെ ഭ്രമണം. ഗ്രഹങ്ങളുടെ എണ്ണം ഏഴാകുകയും സൗരയൂഥത്തിന്റെ വ്യാസം ഇരട്ടിയാകുകയും ചെയ്തു എന്നു ചുരുക്കം. പുതിയ ഗ്രഹത്തിന് ഹെർഷൽ നൽകിയ പേര് 'ജോർജ് മൂന്നാമൻ' എന്നാണ്; അന്നത്തെ ബ്രിട്ടീഷ് രാജാവിന്റെ പേര്. അമേരിക്കൻ കോളനികൾ നഷ്ടപ്പെട്ട് ഖിന്നനായിരുന്ന അദ്ദേഹത്തിന്റെ മനോവിഷമം ഒരു പരിധിവരെ ഇതിലൂടെ ലഘൂകരിക്കപ്പെട്ടു. പിന്നീടാണ് ശാസ്ത്രജ്ഞന്മാർ കൂടിയാലോചിച്ച് കൂടുതൽ ഉചിതമായ ഒരു പേരു നൽകിയത് - യൂറാനസ്. ഗ്രീക്കു പുരാണത്തിലെ ജ്യൂപ്പിറ്റർ (വ്യാഴം) ദേവന്റെ മുത്തച്ഛനും സാറ്റേണിന്റെ (ശനി) അച്ഛനുമാണ് 'യൂറാനസ്'.

സൂര്യനിൽ നിന്നും ഓരോ ഗ്രഹത്തിലേക്കുമുള്ള ദൂരം അസ്ട്രോനോട്ടിക്കൽ യൂണിറ്റിൽ (AU - 15 കോടി കിലോമീറ്റർ) നൽകുമ്പോൾ അത് ഗണിതപരമായ ഒരു നിയമം അനുസരിക്കുന്നുണ്ടെന്ന് ജോൺ ബോഡോ എന്ന ഒരു ശാസ്ത്രജ്ഞൻ കണ്ടുപിടിച്ചു. ഡാനിയേൽ ടിഷ്യസ് എന്ന മറ്റൊരാളും ഇതറിയാതെ തന്നെ ആ ബന്ധം മനസ്സിലാക്കിയിരുന്നു. അതിനാൽ ഇത് ഇന്ന് ടിഷ്യസ് ബോഡോ നിയമമെന്നാണ് അറിയപ്പെടുന്നത്. സംഖ്യാപരമായ ഒരു യാദൃച്ഛികത എന്നുവിളിച്ച് ശാസ്ത്രജ്ഞന്മാർ തള്ളിക്കളഞ്ഞ ഒരു നിയമമായിരുന്നു അത്. എന്നാൽ എല്ലാവരേയും അത്ഭുതപ്പെടുത്തുമാറ് 'യൂറാനസ്' ഈ നിയമം അനുസരിക്കുന്നുണ്ടായിരുന്നു.

ടിഷ്യസ് ബോഡേ നിയമം

0, 3, 6, 12, 24, 48, 96.....എന്നിങ്ങനെ ഇരട്ടിക്കുന്ന സംഖ്യകളെടുത്ത് ഓരോന്നിനോടും 4 കൂട്ടി 10 കൊണ്ട് ഹരിക്കുക. അപ്പോൾ 0.4, 0.7, 1, 1.6, 2.8, 5.2, 10... എന്ന ശ്രേണി കിട്ടും. ഇത്രയും അസ്ട്രോണമിക്കൽ യൂണിറ്റായിരിക്കും സൂര്യനിൽ നിന്നും ഓരോ ഗ്രഹത്തിലേക്കുമുള്ള ദൂരം. സൂര്യനിൽ നിന്ന് ഭൂമിയിലേക്കുള്ള ദൂരമാണ് ഒരു അസ്ട്രോണമിക്കൽ യൂണിറ്റ് (Au)- ഏകദേശം 15 കോടി കിലോമീറ്റർ. ശനിവരെയുള്ള ഗ്രഹങ്ങൾ ഈ നിയമം അനുസരിക്കുന്നു. യൂറാനസ്സും ഇതനുസരിക്കുന്നുണ്ട്. ഛിന്നഗ്രഹങ്ങളുടെ കാര്യത്തിലും ഇതുശരിയായി. എന്നാൽ നെപ്റ്റ്യൂണിന്റെ കാര്യത്തിൽ ഇത് പാളിപ്പോയി.

സൂര്യനു പിറക്കാതെ പോയ ഒരു ഗ്രഹം

ടിഷ്യസ് - ബോഡോ നിയമമനുസരിച്ച് ചൊവ്വയ്ക്കും വ്യാഴത്തിനുമിടയിൽ ഒരു ഗ്രഹം കാണേണ്ടതാണ്. യുറാനസിന്റെ കണ്ടുപിടുത്തം വാനനിരീക്ഷകരിൽ ആവേശം പകരുകയും അന്വേഷണങ്ങൾക്ക് ആക്കം കൂട്ടുകയും ചെയ്തു. അവരുടെ ശ്രദ്ധ പെട്ടെന്നു തിരിഞ്ഞത് ചൊവ്വയ്ക്കും വ്യാഴത്തിനുമിടയിലേക്കാണ്.

1800 സെപ്റ്റംബറിൽ ജർമ്മനിയിലെ ലിലിയൻഥാൾ എന്ന സ്ഥലത്ത് ആറു ജ്യോതിശ്ശാസ്ത്രജ്ഞന്മാർ ഒത്തുചേർന്ന് ഇതിനായി ഒരു കൂടിയാലോചന നടത്തി. ഒരു കൂട്ടായ്മയിലൂടെ മാത്രമേ അതു സാദ്ധ്യമാകൂ എന്നവർ വിലയിരുത്തി. പന്ത്രണ്ടു രാശികളിൽ ഓരോന്നിനേയും രണ്ടായി വിഭജിച്ച് ഇരുപത്തിനാലു പേർക്ക് ചുമതല നൽകാൻ തീരുമാനിച്ചു. അതിലൊരാളായി ഇറ്റാലിയൻ ശാസ്ത്രജ്ഞനായ ജിയൂസെപ്പേ പിയാസിയെയും കണ്ടുവച്ചു.

യോഗതീരുമാനമറിയുന്നതിനു മുൻപുതന്നെ 1801 പുതുവർഷ ദിനത്തിൽ പിയാസി ഇടവരാശിയിൽ ഒരു വസ്തുവിനെ ദർശിച്ചു; മങ്ങിയ നക്ഷത്രം പോലെ ഒന്ന്. ഒരു ഗ്രഹത്തിന്റെ പഥം കൈക്കൊണ്ട അതിനെ 'സെറെസ്' എന്ന് നാമകരണം ചെയ്തു. പിന്നീട് ഫെബ്രുവരിയിൽ അതിനെ വീണ്ടും കണ്ടു. പനിപിടിച്ചു കിടപ്പായതിനാൽ പിയാസിക്ക് നിരീക്ഷണം തുടരാൻ കഴിഞ്ഞില്ല. എന്നാൽ രണ്ടുപ്രാവശ്യം അതുകണ്ട ദിശവച്ച് ഗൗസ് എന്ന ജർമ്മൻ ശാസ്ത്രജ്ഞൻ അതിന്റെ ഏകദേശ ഗതിയും സ്ഥാനവും കണക്കുകൂട്ടി പ്രഖ്യാപിച്ചു. അതനുസരിച്ചുള്ള നിരീക്ഷണത്തിൽ 1801 ഡിസംബറിൽ അനവധിപേർ അതിനെ കന്നിരാശിയിൽ ദർശിച്ചു.

യുറാനസ് കണ്ടുപിടിച്ചപ്പോഴുണ്ടായതുപോലുള്ള ഒരു വിജയാഘോഷം ടിഷ്യസ് ബോഡോയെ തേടിവന്നു. അവരുടെ പ്രവചനം പോലെ ചൊവ്വയ്ക്കും വ്യാഴത്തിനുമിടയ്ക്ക് ദൂരത്തിന്റെ കാര്യത്തിലും കൃത്യത പാലിക്കുന്ന ഒന്നായിരുന്നു 'സെറസ്'. ഇതിനിടെ അതേ ഭ്രമണപഥത്തിൽ മറ്റൊരു വസ്തുവിനെ ഒൽബേഴ്സ് എന്ന ശാസ്ത്രജ്ഞൻ കണ്ടെത്തി. ലിലിയൻഥാൾ സമ്മേളനത്തിൽ പങ്കെടുത്ത ആറുപേരിൽ ഒരാൾ ഇദ്ദേഹമായിരുന്നു. ഇതിനദ്ദേഹം 'പല്ലാസ്' എന്നു പേരിട്ടു. അതേ തുടർന്ന് അതേ പഥത്തിൽ വലുതും ചെറുതുമായ അനേകായിരം വസ്തുക്കളെ കണ്ടെത്തി. നമ്മുടെ പഴയ സുഹൃത്ത് ഹെർഷൽ അത് ഗ്രഹങ്ങളല്ല എന്നും 'അസ്റ്ററോയ്ഡു'കളാണെന്നും പറഞ്ഞു. വലിയ വസ്തുക്കൾക്കെല്ലാം പേരു നൽകി. അസ്റ്ററോയ്ഡുകളാൽ വലയം ചെയ്യപ്പെടുന്ന ആ മേഖല ഇന്ന് അസ്റ്ററോയ്ഡ് ബെൽറ്റ് എന്നാണറിയപ്പെടുന്നത്. ഒരെണ്ണം സൂര്യനെ വലംവയ്ക്കാൻ അഞ്ചുവർഷമെടുക്കും. ഒരു ഗ്രഹം ചിന്നിച്ചിതറിയതാണിതെന്നാണ് ഒൽബേഴ്സ് സിദ്ധാന്തിച്ചത്. എന്നാൽ കൂടിച്ചേർന്ന് ഒന്നായി ഒരു ഗ്രഹമായിത്തീരാൻ വേണ്ടുവോളമുള്ള ഗുരുത്വാകർഷണം സ്വരൂപിക്കാൻ കഴിയായ്കമൂലം അലഞ്ഞുതിരിയാൻ വിധിക്കപ്പെട്ടതാണിതെന്നാണ് ഭൂരിപക്ഷം ശാസ്ത്രജ്ഞന്മാരും കരുതുന്നത്. വ്യാഴത്തിന്റെ ശക്തിയേറിയ ഗുരുത്വം മൂലം അലസിയ ഒരു ജന്മം.

അസ്റ്ററോയ്ഡ് ബെൽറ്റ്

എട്ടാമത്തെ ഗ്രഹത്തെത്തേടി ഒരു വേട്ട

പ്രകൃതിയുടെ നിലനിൽപ്പ് നിയമാധിഷ്ഠിതമായിട്ടാണ്. അത് അച്ചടക്കത്തോടെ പരിപാലിക്കപ്പെടുന്നതുമാണ്. പ്രകൃതിനിയമങ്ങളെ നിർദ്ധാരണം ചെയ്യലാണ് ശാസ്ത്രജ്ഞന്റെ അടിസ്ഥാനപരമായ കടമ. ഗലീലിയോ കണ്ടെത്തിയ ഭൗമനിയമങ്ങളും കെപ്ലർ കണ്ടെത്തിയ ഭ്രമണനിയമങ്ങളും ക്രോഡീകരിച്ച് സാർവലൗകികമാക്കിയത് ന്യൂട്ടനാണ്. ന്യൂട്ടന് ശാസ്ത്രത്തിലുള്ള സ്ഥാനം അതുല്യമാണ്.

ഏഴാമത്തെ ഗ്രഹമായ യൂറാനസിന്റെ ഭ്രമണത്തിൽ ചില വൈകല്യങ്ങൾ ശാസ്ത്രജ്ഞന്മാർ കണ്ടെത്തി. അത് കെപ്ലറുടെയും ന്യൂട്ടന്റെയും ചില നിയമങ്ങൾ ലംഘിക്കുന്നതായി അവർ ശ്രദ്ധിച്ചു. ശാസ്ത്രജ്ഞന്മാർക്ക് ഇതു വലിയ തലവേദനയ്ക്കു കാരണമായി. 1845 ൽ ജോർജ് ബിഡൽ എയറി എന്ന ബ്രിട്ടീഷ് ശാസ്ത്രജ്ഞൻ ഇതിനെ സംബന്ധിച്ച ഒരു പ്രബന്ധം പ്രസിദ്ധീകരിച്ചു. യൂറാനസിന്റെ മേൽ ഏതോ ബാഹ്യശക്തി സ്വാധീനം ചെലുത്തുന്നുണ്ട് എന്നായിരുന്നു അതിന്റെ സാരം. ജോൺ കോച്ച് ആദം എന്ന അപ്രശസ്തനായ ഒരു ഗണിതജ്ഞനാണ് ഈ പ്രശ്നത്തെ അഭിസംബോധന ചെയ്തത്. അറിവിൽപ്പെടാത്ത മറ്റൊരു ഗ്രഹത്തിന്റെ ഗുരുത്വാകർഷണമാണ് യൂറാനസിനെ സ്വാധീനിക്കുന്നതെന്നും അതിന്റെ ഗതി തിരിക്കുന്നതെന്നും അദ്ദേഹം അനുമാനിച്ചു. അങ്ങനെ ഒന്നുണ്ടെങ്കിൽ അതിന്റെ സ്വരൂപവും സ്വഭാവവും ദിശയും വരെ അദ്ദേഹം കണക്കുകൂട്ടി നിർണ്ണയിച്ചു. തന്റെ ഗവേഷണഫലങ്ങളുമായി പ്രശ്നാവതാരകനായ ബിഡൽ എയറിയെ അദ്ദേഹം സമീപിച്ചു. എന്നാൽ പ്രശസ്തനല്ലാത്ത കോച്ച് ആദമുമായി സംവദിക്കാൻ പോലും തലക്കനം എയറിയെ അനുവദിച്ചില്ല. യൂറാനസിന്റെ അനുസരണക്കേട് മറ്റൊരു ഗ്രഹത്തിന്റെ സാമീപ്യം കൊണ്ടല്ല എന്നും അഥവാ ആണെങ്കിൽത്തന്നെ അതു കണ്ടുപിടിക്കാൻ കഴിയുകയില്ലെന്നും പറഞ്ഞ് ആദമിനെ ഒഴിവാക്കുകയും ചെയ്തു. ബ്രിട്ടീഷുകാർക്ക് അഭിമാനിക്കാൻ വകനൽകിയേക്കുമായിരുന്ന ഒരവസരം ഇതിലൂടെ നഷ്ടമാവുകയായിരുന്നു.

ജീൻ ജോസഫ് ലെവറിയർ എന്ന ഒരു ഫ്രഞ്ചു ശാസ്ത്രജ്ഞൻ എട്ടാമത്തെ ഗ്രഹത്തെ പ്രവചിക്കുന്ന ഒരു രേഖ പ്രസിദ്ധീകരിച്ചത് എയറിയുടെ ശ്രദ്ധയിൽപ്പെട്ടു. പണ്ട് കോച്ച് ആദം നൽകിപ്പോയ കണക്കുകളുമായി അതിനുള്ള സാദൃശ്യം അദ്ദേഹം ശ്രദ്ധിച്ചു. മിഥ്യാഭിമാനിയായ അദ്ദേഹം സ്വന്തം നിരീക്ഷണശാല ഉപയോഗിക്കാതെ കേംബ്രിഡ്ജിലെ ഒരു വാനനിരീക്ഷകനായ ജെയിംസ് ചള്ളിസിനോട് പുതിയൊരു ഗ്രഹമുണ്ടോ എന്നു നിരീക്ഷിക്കുവാനാവശ്യപ്പെട്ടു. ചള്ളിസാകട്ടെ കോച്ച് ആദമിന്റെ അപേക്ഷപ്രകാരം അതാരംഭിച്ചും കഴിഞ്ഞിരുന്നു. ഒരു മാസത്തിനിടെ രണ്ടുപ്രാവശ്യം അതു കണ്ടെങ്കിലും അത് അന്വേഷണവിധേയമായ ഗ്രഹമാണെന്ന്, നിർഭാഗ്യവശാൽ ചള്ളിസ് തിരിച്ചറിഞ്ഞില്ല.

ഫ്രാൻസിൽ ലെവറിയറും അസ്വസ്ഥനായിരുന്നു. കേംബ്രിഡ്ജിൽ ചള്ളിസ് നടത്തുന്ന ശ്രമങ്ങളെക്കുറിച്ച് അദ്ദേഹത്തിനറിവില്ലായിരുന്നു. അറിയപ്പെടുന്ന നിരീക്ഷണശാലകളിലേക്കെല്ലാം അദ്ദേഹം ഇതേക്കുറിച്ച് അഭ്യർഥന നടത്തി. ഇതു കാണാനിടയായ ഗോട്ടിഫ്രൈഡ് ഗാലേ എന്ന, ബർലിൻ നിരീക്ഷണശാലയിലെ ശാസ്ത്ര വിദ്യാർഥി ആവേശഭരിതനായി. മേലധികാരികളുടെ എതിർപ്പുകൾ വകവയ്ക്കാതെ തന്നെ അയാൾ 1846 ൽ പുതിയ ഗ്രഹത്തിനു വേണ്ടിയുള്ള അന്വേഷണമാരംഭിച്ചു. ലെവറിയറുടെ കണക്കുകൂട്ടലുകൾക്കനുസരിച്ച് പ്രസ്തുത ഗ്രഹം ഉണ്ടാകാനിടയുള്ള മകരം-കുംഭം രാശികളെ ലക്ഷ്യമാക്കി ഗാലേ തന്റെ ഒമ്പതിഞ്ചു ദൂരദർശിനി തിരിച്ചുവച്ചു. പുതിയ ഒരു വസ്തു അദ്ദേഹത്തിന്റെ ദൃശ്യത്തിലുൾപ്പെട്ടു. കയ്യിലുള്ള നക്ഷത്രപടങ്ങളുമായി ഒത്തുനോക്കിയപ്പോൾ അതിലൊന്നും ഉൾപ്പെടാത്തതാണ് ഇതെന്നും അദ്ദേഹത്തിനു മനസ്സിലായി. ഉടനെതന്നെ ഈ വിവരം അദ്ദേഹം മറ്റു നിരീക്ഷണശാലകളെ അറിയിച്ചു.

പിറ്റേന്നും പ്രസ്തുത വസ്തുവിനെ തലേദിവസം കണ്ടതിൽ നിന്നും അൽപ്പം മാറിയ സ്ഥാനത്ത് കണ്ടു. അതുവരെ അറിയപ്പെടാതിരുന്ന മറ്റൊരു ഗ്രഹമാണതെന്ന് അദ്ദേഹം തിരിച്ചറിഞ്ഞു. എട്ടാമത്തെ ഗ്രഹം. പുതിയ ഗ്രഹത്തിനു പേരു നൽകിയത് ലെവറിയറാണ്. സമുദ്രദേവതയായ നെപ്ട്യൂണിന്റെ പേരാണ് ആകാശ സാഗരത്തിലെ പുതിയ അതിഥിക്ക് നൽകിയത്.

ഗാലേയെ തന്റെ സംരംഭത്തിൽനിന്നു വിലക്കിയ മേലധികാരി അദ്ദേഹത്തിനെഴുതി. "ഉജ്ജ്വലമായ ഈ നേട്ടത്തിന് ഞാൻ താങ്കളെ അഭിനന്ദിക്കുന്നു. ന്യൂട്ടന്റെ സാർവത്രിക ഗുരുത്വാകർഷണ സിദ്ധാന്തത്തെ ഒരിക്കൽകൂടി തെളിയിക്കുന്നതിനു നൽകിയ സംഭാവനകൾക്ക് ശാസ്ത്രലോകം എന്നും താങ്കൾക്കു കടപ്പെട്ടിരിക്കും."

പുതിയ ഗ്രഹത്തെ ഒരു ജർമ്മൻകാരൻ കണ്ടുപിടിച്ച വിവരം ഇടിവെട്ടുകൊണ്ടതുപോലെയാണ് ചള്ളിസ് അറിഞ്ഞത്. നെപ്ട്യൂൺ ആഡംസിനും ലവറിയർക്കും പ്രസിദ്ധി നേടിക്കൊടുത്തുവെങ്കിലും ന്യൂട്ടൻ കൂടുതൽ ആരാധ്യനായി. ഗുരുത്വാകർഷണസിദ്ധാന്തം സംശയാതീതമായി തെളിയിക്കപ്പെട്ടു.

'ഒൻപതാമൻ' പ്ലൂട്ടോ

ചൊവ്വ ഗ്രഹത്തിലെ ജീവികളെ കണ്ടെത്തുകയായിരുന്നു പെർസിവൽ ലോവെൽ എന്ന അമേരിക്കൻ ശാസ്ത്രജ്ഞന്റെ ജീവിതലക്ഷ്യം. തന്റെ ദൗത്യം അടുത്തൊന്നും വിജയിക്കാൻ പോകുന്നില്ല എന്നു തിരിച്ചറിഞ്ഞപ്പോഴാണ് അദ്ദേഹം ഒൻപതാമത്തെ ഗ്രഹം കണ്ടെത്തുക എന്ന ലക്ഷ്യത്തിലേക്കു തിരിഞ്ഞത്. യുറാനസിന്റെ അനുസരണയില്ലായ്മ നെപ്ട്യൂണിനെ കണ്ടുപിടിക്കാൻ സഹായിച്ചതുപോലെ നെപ്ട്യൂ

ണിനും ഇത്തരത്തിലുള്ള വല്ല അനുസരണക്കേടുമുണ്ടോ എന്നറിയുക യായിരുന്നു ആദ്യപടി.

1915 മാർച്ച് 19, ഏപ്രിൽ 7 എന്നീ തീയതികളിൽ ഫ്ളാഗ് സ്റ്റാഫ് ലോവെൽ നിരീക്ഷണകേന്ദ്രത്തിലെ ഒൻപതിഞ്ചു ദൂരദർശിനിയുടെ ഫോട്ടോഗ്രാഫിക് പ്ലേറ്റുകളിൽ ലോവെൽ പകർത്തുകയുണ്ടായ രണ്ടു ചിത്രങ്ങളിൽ പതിഞ്ഞിരുന്ന ചെറിയ പാട് ആരും ശ്രദ്ധിച്ചില്ല. ലോവെൽ വിരിച്ച വലയിൽ വീണ് അതിൽനിന്നു രക്ഷപ്പെട്ട ഒൻപതാമതു ഗ്രഹമാ യിരുന്നു അത്. ജീവിതലക്ഷ്യമൊന്നും നിറവേറാതെ അസംതൃപ്തമായ മനസോടെ ലോവെൽ 1916 നവംബറിൽ ഹൃദയാഘാതം മൂലം മരിച്ചു.

മിഡ്വെസ്റ്റിലെ ഒരു തോട്ടം സൂക്ഷിപ്പുകാരനായ ക്ലൈഡ് ടോംബാ ഗ് (Tombaugh) എന്ന ഇരുപത്തിരണ്ടു വയസ്സുള്ള ഒരു ചെറുപ്പക്കാരൻ വാനനിരീക്ഷണത്തിൽ ആകൃഷ്ടനായി. സ്വന്തമായി നിർമ്മിച്ച ടെലിസ്കോപ്പിലൂടെ അദ്ദേഹം ആകാശനിരീക്ഷണം നടത്തിവന്നു. ഇത് ലോവെൽ നിരീക്ഷണകേന്ദ്രത്തിന്റെ പുതിയ മേധാവി മെൽവിൻ സ്ലിഫറിന്റെ ശ്രദ്ധയിൽപ്പെട്ടു. അയാളെ നിരീക്ഷണശാലയിലേക്കു ക്ഷണിക്കാനും ഗൗരവമേറിയ ദൗത്യമേൽപ്പിക്കാനും അദ്ദേഹം ആഗ്രഹിച്ചു. ടോംബാഗ് അതു സമ്മതമാണെന്നറിയിക്കുകയും ചെ യ്തു. കാനാസിൽ നിന്ന് അരിസോണയിലേക്ക് തീവണ്ടികയറുമ്പോൾ യാത്രയയയ്ക്കാനെത്തിയ അച്ഛൻ ഉപദേശിച്ചു “അരിസോണയിലെ സുന്ദരികളുടെ വലയിൽ നീ വീണുപോകരുത്.”

കൂടുതൽ വിസ്തീർണ്ണമുള്ള പ്രദേശം നിരീക്ഷിക്കാൻ കഴിവുള്ള ഒരു പതിമൂന്നിഞ്ചു ഫോട്ടോഗ്രാഫിക് ടെലസ്കോപ്പാണ് ടോംബാഹിനു ലഭിച്ചത്; അന്നു ലഭ്യമായതിൽ ഏറ്റവും മെച്ചപ്പെട്ട ഒന്ന്. 1929 ഏപ്രിൽ മാസത്തിലാണ് ടോംബാഗ് ദൂരദർശിനിയുടെ നിയന്ത്രണമേറ്റെടുത്തത്. മിഥുനം രാശിയുടെ പടമെടുക്കുമ്പോൾ അന്വേഷണവിധേയമായ ഗ്രഹ ത്തിന്റെ ചിത്രം പതിഞ്ഞിരുന്നു - അന്നും അതു തിരിച്ചറിഞ്ഞില്ല. ടോം ബാഗ് പുതിയൊരു തന്ത്രം മെനഞ്ഞു; ദിവസേന ഓരോ രാശിയുടെ മു മ്മൂന്നു പടങ്ങളെടുത്തു പരിശോധിക്കുക. കുംഭം-മീനം രാശിയും തുടർ ന്ന് മേടം-ഇടവം രാശിയും നിരീക്ഷണ വിധേയമായി. 1930 ജനുവരി 21ന് മിഥുനം രാശിയിലെ ‘ഡെൽട്ട ജമിനോറം’ എന്ന ഭാഗത്തിന്റെ പടമെ ടുത്തു. 23,29 തീയതികളിലും അതു തുടർന്നു. ഒരു പുതിയ വസ്തു വിന്റെ മങ്ങിയ ഛായ അതിലെല്ലാമുണ്ടായിരുന്നു. ആശ്ചര്യഭരിതനായ ടോംബാഗ്, സ്ലിഫറുടെ ഓഫീസിലേക്ക് ഓടിക്കയറി വിളിച്ചു പറഞ്ഞു “ഞാനവനെ പിടിച്ചു!” അരിസോണയിലെ സുന്ദരിമാരുടെ വലയിൽ വീണുപോയില്ല എന്നു മാത്രമല്ല പിടികിട്ടാപ്പുള്ളിയായ ഒരു ഗ്രഹം അദ്ദേഹത്തിന്റെ വലയിൽ വന്നു വീഴുകയും ചെയ്തു.

പിറ്റേന്നു രാത്രി മേഘങ്ങൾ മൂലം മിഥുനം രാശി മറഞ്ഞിരുന്നു. ഫെബ്രുവരി 20ന് കുറേക്കൂടി വലിയ ദൂരദർശിനിയിലൂടെ അദ്ദേഹം അതിനെ കൂടുതൽ വ്യക്തതയോടെ കണ്ടു. ലോവെൽ പ്രവചിച്ചതിന്റെ പത്തിലൊന്നു വെളിച്ചം മാത്രമേ അതിനുണ്ടായിരുന്നുള്ളു; നെപ്ട്യൂ

ണിന്റെ നൂറിലൊന്ന്.

1930 മാർച്ച് പതിമൂന്നിന്, ലോവെലിന്റെ 75-ാം പിറന്നാളും യൂറാനസ് കണ്ടുപിടിച്ചതിന്റെ 149-ാം വാർഷികവും ഏകീഭവിക്കുന്ന ദിവസം, നെപ്ട്യൂണിനുമപ്പുറം ഒരു പുതിയ ഗ്രഹത്തെ കണ്ടുപിടിച്ച പ്രഖ്യാപനം നടന്നു. അത് പ്രധാനപത്രങ്ങളിൽ മുൻപേജിൽത്തന്നെ നാലുകോളം വാർത്തയായി വരികയും ചെയ്തു.

പുതിയ ഗ്രഹത്തിന് നാമകരണം ചെയ്യുവാൻ ആയിരക്കണക്കിനു പേരുകൾ നിർദ്ദേശിക്കപ്പെട്ടു. ലോവെലിന്റെ ഭാര്യ കോൺസ്റ്റാൻസ് അതിന് അവരുടെ പേരു നൽകണമെന്ന് വാശിപിടിച്ചു. എന്നാൽ ചുരുക്കിയ നാമാവലിപ്പട്ടികയിൽ മൂന്നു പേരേ അവശേഷിച്ചുള്ളു - മിനർവ, ക്രോണസ്, പ്ലൂട്ടോ. വിവേകത്തിന്റെ ദേവതയായ മിനർവയുടെ പേര് ഇതിനകം തന്നെ ഒരു അസ്റ്ററോയ്ഡിനു നൽകിക്കഴിഞ്ഞിരുന്നു. അതുകൊണ്ടതൊഴിവാക്കി. യൂറാനസിന്റെ മകനും നെപ്ട്യൂണിന്റെ അച്ഛനുമായ ക്രോണസിന്റെ പേരു നിർദ്ദേശിച്ച ജാഫേഴ്സൺ ജാക്സൺ ഭൂമിയാണ് പ്രപഞ്ചകേന്ദ്രമെന്ന് അന്നും വിശ്വസിച്ചിരുന്ന ഒരു യാഥാസ്ഥിതികനായിരുന്നു. അതല്ലെങ്കിൽ ആ പേര് സ്വീകരിക്കപ്പെടുമായിരുന്നുവത്രേ! പ്ലൂട്ടോ എന്ന പേര് സ്ഥിരീകരിക്കപ്പെട്ടു - അധോലോകദേവത. പെർസിവൽ ലോവെലിന്റെ പേരിന്റെ ആദ്യാക്ഷരങ്ങൾ അടങ്ങിയിട്ടുമുണ്ട്.

ഒരു ഉപഗ്രഹമായ ചന്ദ്രനേക്കാൾ വലിപ്പക്കുറവുള്ള പ്ലൂട്ടോക്ക് ഗ്രഹത്തിന്റെ പദവി നൽകുന്നതിന് പല ശാസ്ത്രജ്ഞന്മാരും അന്നുതന്നെ എതിരായിരുന്നു. സ്രാവെന്നു കരുതി വലവിരിച്ച് മത്തിയെ ലഭിച്ചതുപോലെ. മെൽവിൻ സ്ലിഫറിന്റെ മേൽനോട്ടത്തിലും നിർദ്ദേശങ്ങൾക്കനുസരിച്ചുമാണ് ടോംബാഗ് എല്ലാ ജോലികളും നിർവഹിച്ചിരുന്നത്. പക്ഷെ അംഗീകാരവും അനുമോദനങ്ങളും മുഴുവനായും ലഭിച്ചത് ടോംബാഹിനാണ്. ഇതിൽ സ്ലിഫർ ഖിന്നനായി.

1943വരെ ടോംബാഗ് പുതിയ ഗ്രഹങ്ങൾക്കു വേണ്ടിയുള്ള അന്വേഷണം തുടർന്നു. അരിസോണ സ്റ്റേറ്റ് കോളജ്, വൈറ്റ് സാന്റ് മിസൈൽ റേഞ്ച്, ന്യൂ മെക്സിക്കോ സ്റ്റേറ്റ് യൂണിവേഴ്സിറ്റി എന്നീ സ്ഥാപനങ്ങളിൽ സേവനമനുഷ്ഠിച്ചു. 1980-ൽ *അന്ധകാരത്തിൽ നിന്ന് ഒരു ഗ്രഹം: പ്ലൂട്ടോ* എന്ന ഗ്രന്ഥം പ്രസിദ്ധീകരിച്ചു.

മറ്റു നക്ഷത്രങ്ങളുമായി ബന്ധപ്പെട്ട സൗരയൂഥങ്ങളും ഇന്ന് നിരീക്ഷണ വിധേയമാണ്. അത്തരം സൗരയൂഥങ്ങളിൽ ജീവജാലങ്ങളോ, മനുഷ്യനെപ്പോലെ ബുദ്ധിയുള്ള ജീവികളോ ഉണ്ടോ എന്നതും അന്വേഷണവിഷയമാണ്. ചക്രവാളം അറിയുന്തോറും അടുക്കുന്തോറും അകലുന്ന ഒന്നാണ്.

10

സൂര്യൻ

സൗരയൂഥത്തിന്റെ നാഥൻ എന്ന് സൂര്യനെ വിശേഷിപ്പിക്കാവുന്നതാണ്. ആദിമകാലം തൊട്ട് സൂര്യനെ ആരാധിക്കാൻ മനുഷ്യനെ പ്രേരിപ്പിച്ചത് ഭൂമിയിലെ ജീവിതം സൂര്യനെ ആശ്രയിച്ചാണ് എന്ന തിരിച്ചറിവായിരിക്കണം. പ്രകൃതിയെ ആരാധിക്കുക എന്നതിനപ്പുറം നാമുൾപ്പെട്ട പ്രകൃതിയെ മനസ്സിലാക്കുക, പ്രകൃതിയുടെ നിയമങ്ങൾ മനസ്സിലാക്കുക, നിയമങ്ങൾക്കു വിധേയമായി ജീവിതം ക്രമീകരിക്കുക എന്നതാണ് ശാസ്ത്രത്തിന്റെ രീതി. പ്രകൃതിയെ കീഴടക്കുക എന്ന ഒരു പ്രയോഗം പലപ്പോഴും കണ്ടുവരാറുണ്ട്. അതും അബദ്ധജഡിലമായ ഒന്നാണ്. പ്രപഞ്ചത്തിന്റെ ഏതോ ഒരു കോണിലെ ക്ഷീരപഥം എന്ന ഗാലക്സിയിലെ കോടാനുകോടി നക്ഷത്രങ്ങളിൽ ഒരു ചെറു നക്ഷത്രമായ സൂര്യന്റെ ലക്ഷത്തിലൊന്നു പിണ്ഡമേ ഭൂമിക്കുള്ളു. ആ ഭൂമി വലുതാണെന്ന് മനുഷ്യനു തോന്നുന്നത് അവൻ തീരെ ചെറുതായതുകൊണ്ടാണ്. ഭൂഗോളത്തിനകത്തെ വെറും തടവുകാരാണ് മനുഷ്യർ; അതിൽ നിന്നു പുറത്തുചാടാനുള്ള ചില ശ്രമങ്ങളുണ്ടെങ്കിൽപ്പോലും. മനുഷ്യൻ ഇന്നുവരെ കണ്ടിട്ടുള്ളതിൽ വച്ച് ഏറ്റവും ബുദ്ധിയുള്ള ജീവി അവൻതന്നെയാണ് എന്നതുകൊണ്ടാണ് മനുഷ്യനാണ് എല്ലാം നിയന്ത്രിക്കുന്നത് എന്ന മിഥ്യാധാരണ ചിലർക്കുണ്ടായത്. അറിയുന്തോറും തിരിച്ചറിയുന്നത് അറിയാനുള്ളത് ഇതുവരെ വിചാരിച്ചതിനേക്കാൾ അധികമാണ് എന്നാണ്.

ക്ഷീരപഥത്തിനകത്ത് സൂര്യൻ 22കോടി വർഷം കൊണ്ട് ഒരു വട്ടം പ്രദക്ഷിണം വയ്ക്കും. സ്വന്തം അച്ചുതണ്ടിൽ അത് $25^{1}/_{2}$ ദിവസം കൊണ്ട് ഒരു പ്രാവശ്യം ചുറ്റും. ഗ്രഹങ്ങൾ, ഉപഗ്രഹങ്ങൾ, ലഘുഗ്രഹങ്ങൾ, ഛിന്ന ഗ്രഹങ്ങൾ, ധൂമകേതുക്കൾ തുടങ്ങി സൗരയൂഥത്തിലെ എല്ലാവസ്തുക്കളും സൂര്യന്റെ ഗുരുത്വാകർഷണത്തിനു വിധേയമാണ്.

ഈ വസ്തുക്കളുടെ പിണ്ഡമെല്ലാം ചേർത്താലും കഷ്ടിച്ച് സൂര്യന്റേ തിന്റെ നൂറിലൊന്നേ വരൂ.

സൂര്യനെ വലംവയ്ക്കുന്ന എട്ടു പ്രധാന ഗ്രഹങ്ങളിൽ നാലെണ്ണ ത്തെ അകംഗ്രഹങ്ങൾ (inner planets) എന്നും നാലെണ്ണത്തെ പുറംഗ്ര ഹങ്ങൾ (outer planets) എന്നും പറയുന്നു. ബുധൻ, ശുക്രൻ, ഭൂമി, ചൊവ്വ എന്നീ ചെറുതും സാന്ദ്രതയേറിയതും ഭൂസമാനവുമായ (terres-trial) നാലെണ്ണമാണ് അകം ഗ്രഹങ്ങൾ. വ്യാഴം, ശനി, യൂറാനസ്, നെപ് ട്യൂൺ എന്നീ പുറം ഗ്രഹങ്ങൾ സൂര്യനിൽനിന്ന് അകന്നു സ്ഥിതിചെയ്യുന്ന വാതകഭീമന്മാർ (gas giants) എന്നറിയപ്പെടുന്ന ഭീമാകാരന്മാരുമാണ്. ജൂപ്പിറ്ററിനപ്പുറം (വ്യാഴം) സ്ഥിതിചെയ്യുന്ന സമാനഗ്രഹങ്ങളാകയാൽ ജോവിയൻ ഗ്രഹങ്ങളെന്നും (Jovian planets) ഇവ അറിയപ്പെടുന്നു.

എല്ലാ ഗ്രഹങ്ങളും സൂര്യനെ വലംവയ്ക്കുന്നത് ഏതാണ്ട് ഒരേ ത ലത്തിലും ഒരേ ദിശയിലുമാണ്. ഒരേ തലത്തിലാകയാൽ അതിന്റെ പ്രദ ക്ഷിണപഥങ്ങൾ ഒരു കടലാസിൽ അടയാളപ്പെടുത്തിയാൽ അതിൽ വ ലിയ മാറ്റം വരാനില്ല. അതുകൊണ്ടാണ് എല്ലാ ഗ്രഹങ്ങളും ഒരേ രാശികളിലൂടെ, രാശിചക്രത്തിലൂടെ (zodiac belt) കടന്നുപോകുന്നതാ യും അവിടെയെവിടെയെങ്കിലും സ്ഥിതിചെയ്യുന്നതായും നമുക്കു തോ ന്നുന്നത്. അടുത്തകാലം വരെ ഗ്രഹപദവിയുണ്ടായിരുന്ന പ്ലൂട്ടോയുടെ പഥം പക്ഷേ ചരിവുള്ളതാണ്. മറ്റുള്ള ഗ്രഹങ്ങളുടെ പഥത്തിൽനിന്ന് ഉ യർന്നിട്ടോ, താഴ്ന്നിട്ടോ ആയിരിക്കും അതിന്റെ നില. മുറിച്ചു കടക്കു മ്പോൾ മാത്രം അത് അതേ തലത്തിലായിരിക്കും.

ആറു ഗ്രഹങ്ങളും അതിന്റെ അച്ചുതണ്ടിൽ കറങ്ങുന്നത് നാഴികമ ണിയുടെ വിപരീത ദിശയിലാണ്. ഉത്തരധ്രുവത്തിനു മുകളിലുള്ള ഒരു തലത്തിൽ നിന്ന് കീഴോട്ടു നോക്കുമ്പോഴുള്ള കാഴ്ചയാണിത്. ശുക്രൻ തിരിയുന്നത് നാഴികമണിയുടെ ദിശയിലാണ്. അതുകൊണ്ട് അവിടെ സൂര്യനുദിക്കുന്നത് പടിഞ്ഞാറാണ്. യൂറാനസ്സിന്റെ അച്ചുതണ്ടിന് 90 ഡി ഗ്രിയോടടുത്തു ചരിവുള്ളതിനാൽ അത് തിരിഞ്ഞു പോകുന്നതായിട്ടല്ല, ഉരുണ്ടു പോകുന്നതായിട്ടാണ് തോന്നുക. ദീർഘവൃത്താകൃതിയുള്ള (elliptical) ഒരു പഥമാണ് ബുധനുള്ളത്; മറ്റുള്ള ഏഴു ഗ്രഹങ്ങൾക്കും വൃത്തത്തോടടുത്ത (near circular) പഥവും.

ക്ഷീരപഥമെന്ന നമ്മുടെ ഗാലക്സിയിൽ ചെറുതും വലുതുമായ ഇ രുപതിനായിരംകോടി നക്ഷത്രങ്ങളെങ്കിലുമുണ്ടെന്നാണു കണക്ക്. സൂ ര്യൻ അതിലൊരു ശരാശരി നക്ഷത്രമാണ്. അതിന്റെ വ്യാസം 14 ലക്ഷം കിലോമീറ്ററാണ് (ഭൂമിയുടേത് 13000). സൂര്യനിൽ നിന്ന് ഭൂമിയിലേയ് ക്കുള്ള അകലം 15 കോടി കിലോമീറ്ററാണ്. പിണ്ഡം 20 ലക്ഷം കോടി ടൺ; അതിൽ നാലിൽ മൂന്നു ഹൈഡ്രജനും ബാക്കി ഹീലിയവും മറ്റു മൂലകങ്ങളും. സൂര്യന്റെ ഉൾക്കാമ്പിലെ താപനില 1.5 കോടി ഡിഗ്രിയും.

എല്ലാ നക്ഷത്രങ്ങളിലേയുമെന്നതുപോലെ അണുസംലയനം എ ന്ന പ്രക്രിയയാണ് സൂര്യനിലും നടക്കുന്നത്. ഗുരുത്വാകർഷണം മൂലം ഹൈഡ്രജൻ ഉള്ളിലേക്കമർന്ന് ചൂടുപിടിച്ച് അണുകേന്ദ്രങ്ങൾ കൂടി

ച്ചേർന്ന് ഹീലിയത്തിന്റെ അണുകേന്ദ്രമുണ്ടാകുകയും താപം പ്രസരിക്കുകയും ചെയ്യുന്നു. കൺവെക്ഷനിലൂടെ ഈ താപം സൂര്യന്റെ പ്രതലത്തിലേക്കു ഗമിക്കുകയും അവിടെയുള്ള താരതമ്യേന ചൂടുകുറഞ്ഞ വാതകം പകരം ഉള്ളിലേക്കു ഗമിക്കുകയും ചെയ്യും. ഈ പ്രവർത്തനം തുടർന്നു കൊണ്ടിരിക്കും. സൂര്യന്റെ ഉപരിതലത്തിലെ താപനില 6000°C-ൽ താഴെ മാത്രമേ വരൂ. ഊഷ്മാവ് ഇതേ രീതിയിൽ സ്ഥിരമായി നിൽക്കുന്നതുകൊണ്ടാണ് സൂര്യന്റെ നിറം മഞ്ഞയായി തോന്നുന്നത്.

സൂര്യന്റെ പ്രഭാമണ്ഡലം ഇന്നും ഒരു പ്രഹേളികയാണ്. അതിന്റെ പ്രതലത്തിൽ കാണുന്ന കറുത്ത പുള്ളികളെ സൂര്യകളങ്കങ്ങൾ (sun spots) എന്നാണു വിളിക്കുന്നത്. ഇടയ്ക്കിടെ പ്രത്യക്ഷപ്പെടുകയും അപ്രത്യക്ഷമാകുകയും ചെയ്യുന്നത് ഇതിന്റെ പ്രത്യേകതയാണ്. പ്രഭാമണ്ഡലത്തിൽ ചിലയിടങ്ങളിൽ ചിലപ്പോൾ താപനില താഴുമ്പോഴാണ് അവിടം കറുത്തുകാണുന്നത് എന്നാണു കരുതുന്നത്. ഈ തണുക്കൽ പ്രക്രിയക്കു കാരണം സൂര്യന്റെ കാന്തികപ്രഭാവമാണെന്നും അഭിപ്രായമുണ്ട്. സൂര്യപ്രതലത്തിലെ പ്രവർത്തനം കുറഞ്ഞും കൂടിയും ഒരു വട്ടം പൂർത്തിയാക്കാൻ 11 വർഷമെടുക്കും. പ്രവർത്തനത്തിന്റെ പാരമ്യത്തിലെത്തുന്ന വർഷങ്ങളിൽ ഗോതമ്പുൽപ്പാദനം കൂടുതലായിരിക്കുമെന്നും താഴ്ന്ന സ്ഥിതിയിലുള്ള വർഷങ്ങളിൽ കുറവായിരിക്കുമെന്നുമുള്ള ഒരു നിരീക്ഷണമുണ്ട്. ഇവ തമ്മിൽ ബന്ധമുണ്ടോ അതോ യാദൃച്ഛികമാണോ എന്നത് മറ്റൊരു കാര്യം. എന്നാൽ മരത്തടികളുടെ വാർഷികവലയങ്ങൾ പതിനൊന്നു വർഷത്തിലൊരിക്കൽ കരുത്താർജ്ജിക്കുന്നതും ശ്രദ്ധിക്കേണ്ടതാണ്.

സൗരോപരിതലത്തിനോടു ചേർന്ന് അതിനു വെളിയിൽ പ്രകാശമാനമായ ഒരു പരിവേഷമുള്ളത് സാധാരണ അവസരങ്ങളിൽ ദൃശ്യമല്ല. എന്നാൽ പൂർണ്ണ സൂര്യഗ്രഹണമുണ്ടാകുമ്പോൾ ഇതൊരു മനോഹരദൃശ്യമായി കാണാം. ഇതിനെ കൊറോണ (corona) എന്നാണു പറയുക. സൂര്യന്റെ ഉപരിതലത്തിലേക്കാൾ ഉയർന്നതാണ് കൊറോണയുടെ താപനില. എന്നാൽ സൂര്യനിൽ നിന്നുള്ള താപപ്രസരണത്തിൽ ഇതു വഹിക്കുന്ന പങ്ക് തുച്ഛമാണ്.

സോളാർ ഫ്ളെയർ (solar flare) എന്നത് സൂര്യനിലെ മറ്റൊരു പ്രതിഭാസമാണ്. ഭീമമായ തോതിൽ ഊർജ്ജം ഞൊടിയിടയിൽ ബഹിരാകാശത്തിലേക്കു പുറപ്പെടുവിക്കുന്നതാണിത്. 'സൂര്യമത്താപ്പ്' എന്നു വേണമെങ്കിൽ മൊഴിമാറ്റിപ്പറയാം. ഈ സമയത്ത് അവിടെ നിന്ന് റേഡിയോ തരംഗങ്ങൾ, എക്സ്-റേ, അണുകണങ്ങൾ എന്നിവയുടെ അസാധാരണമായ പ്രസരണമുണ്ടാകുന്നു. ജീവരാശിയെ പ്രതികൂലമായി ബാധിച്ചേക്കാവുന്ന ഈ രശ്മികൾ ഭൂമിയുടെ അന്തരീക്ഷത്തിലേക്കു പ്രവേശിക്കുമ്പോഴേക്കും അതിനെ തടഞ്ഞു നിറുത്തുവാനുള്ള കഴിവ് ഭൗമാന്തരീക്ഷത്തിനുണ്ട്. എങ്കിലും കാന്തികപ്രഭാവം കൂടുതലുള്ള ധ്രുവപ്രദേശങ്ങളിൽ ഈ സമയത്തുണ്ടാകുന്ന പ്രതിഭാസമാണ് ധ്രുവദീപ്തി (aurora). ഈ സമയത്ത് റേഡിയോ പ്രക്ഷേപണങ്ങളിൽ തടസ്സമോ ശല്യമോ പ്രതീക്ഷിക്കാം. പേടകത്തിനു പുറത്തുള്ള ബഹിരാകാശ ചാ

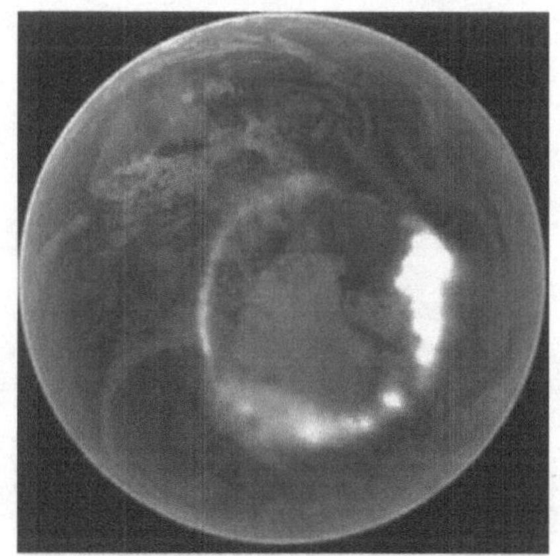
ധ്രുവദീപ്തി (aurora)

രികൾക്ക് ഈ സമയത്ത് രശ്മിക ളേൽക്കാനുള്ള സാധ്യത കൂടുത ലാണ്. സോളാർ ഫ്ളെയർ (solar flair) നടക്കുമ്പോൾ ടെലിസ് കോപ്പിലൂടെയോ അല്ലാതെയോ സൂര്യനെ നേരിട്ടു നോക്കാവുന്ന തല്ല. അതു കണ്ണുകൾക്കു വൈ കല്യങ്ങളുണ്ടാക്കും. (ഗ്രഹണ സമയത്ത് സൂര്യനെ നോക്കാ നുള്ള പ്രവണത കൂടുതലുള്ള തുകൊണ്ട് ഇക്കാര്യത്തിൽ പ്ര ത്യേകം ശ്രദ്ധ വേണം.)

സൂര്യനുമായി ബന്ധപ്പെട്ട മറ്റൊരു കാര്യം സൂര്യഗ്രഹണ മാണ്. ചന്ദ്രൻ സൂര്യന്റെയും ഭൂമിയുടെയും ഇടയിൽ നേർരേഖയിൽ വരു മ്പോഴാണ് ഇതു സംഭവിക്കുന്നത്. ഇതിനെക്കുറിച്ച് വിശദമായി പിന്നീട് പ്രതിപാദിക്കുന്നുണ്ട്. സൂര്യഗ്രഹണ സമയത്ത് ഒരാൾ ചന്ദ്രനിൽ നിന്നു ഭൂമിയെ നോക്കിയാൽ അയാൾക്കത് 'ഭൂഗ്രഹണ'മായി അനുഭവപ്പെടും. വലയ സൂര്യഗ്രഹണം (annular eclips) ഭാഗിക സൂര്യഗ്രഹണം (partial eclipse) എന്നിവയെപ്പറ്റിയും വിശദീകരിക്കുന്നുണ്ട്.

സൂര്യന്റെ ഭാവി

ഹൈഡ്രജൻ അണുകേന്ദ്രങ്ങൾ സംലയിച്ച് ഹീലിയം അണുകേ ന്ദ്രമുണ്ടാകുകയും ഊർജ്ജം പുറത്തുവിടുകയും ചെയ്യുന്ന പ്രവർത്തന മാണ് സൂര്യനിൽ നടക്കുന്നതെന്നു വിശദീകരിച്ചുവല്ലോ. അത്തരത്തിൽ സൂര്യനിൽ ഒരു സെക്കന്റിലുണ്ടാകുന്ന ഊർജ്ജം മതി ഇന്നത്തെ തോ തിൽ പതിനായിരം വർഷത്തേക്ക് ഭൂമിയിലേക്കാവശ്യമായ വൈദ്യുതി ഉൽപ്പാദിപ്പിക്കാൻ. ഇതേ നിരക്കിൽ നൂറുനൂറ്റമ്പതു കോടി വർഷത്തേ ക്കുകൂടി സൂര്യന് ഊർജ്ജം നൽകാനുള്ള കെൽപ്പുണ്ട്. ക്രമേണ ഹൈഡ്ര ജന്റെ ലഭ്യത കുറയും. എങ്കിലും ഒരു മുന്നൂറ്റമ്പതു വർഷം കൂടി അതിന് നക്ഷത്രമായി തുടരുവാൻ കഴിയും. അതിനുശേഷം പ്രവർത്തനത്തിനാ വശ്യമായ ഹൈഡ്രജൻ ഇല്ലാതെ വരികയും താപനില താഴുകയും സൂ ര്യൻ വികസിക്കാൻ തുടങ്ങുകയും ചെയ്യും. ചുവന്ന നിറത്തിൽ അതു വികസിച്ചുവികസിച്ച് ഭൂമിയെക്കൂടി വിഴുങ്ങിക്കളയാൻ തക്ക വ്യാസം കൈ വരിക്കും. ചുരുക്കത്തിൽ അതൊരു ചുവന്ന രാക്ഷസൻ (red giant) ആയി മാറും. വികാസത്തിന്റെ ഒരു ഘട്ടമെത്തുമ്പോൾ അത് ചുരുങ്ങാൻ തുടങ്ങും. ചുരുങ്ങിച്ചുരുങ്ങി അതിന്റെ വലിപ്പം ഭൂമിയോളമോ അതിൽ ചെറുതോ ആയിത്തീരും. ഒരു വെള്ളക്കുള്ളനായി (white dwarf) അതു തുടരും.

FACTS ABOUT THE

	Mercury	Venus	Earth	Mars
Average distance from Sun (Millions of kilometers)	57.9	108.2	149.6	227.9
Revolution	88 Days	224.7 Days	365 Days	687 Days
Rotation	59 Days	243 Days Retrograde	23 Hours 56minutes 1500 km/h	24 Hours 37minutes
Average orbital speed (Kilometers/second)	48	35	30 108000km/h	24
Equatorial diameter (kilometers)	4,880	12,100	12,756	6,794
Mass (Earth=1)	.055	.815	1	.107
Density (Water=1)	5.4	5.3	5.5	3.9
Surface Gravity (Earth=1)	.38	.91	1	.38
Known satellites (Major)	0	0	1	2
Axial Tilt	0	178°18'	23°24'	25°12'
Escape velocity Km/sec	4.3	10.3	11.2	5.0
Average surface Temperature (Apx)°c	300	405	22	-75

SOLAR SYSTEM

Jupiter	Saturn	Uranus	Neptune	Pluto
778.3	1,429	2,875	4,504.	5,900
11.86 Years	29.46 Years	84 Years	165 Years	248 Years
9 Hours 55 minutes	10 Hours 39 minutes	17 Hours 18 minutes Retrograde	16 Hours 6 minutes	6 Days 9Hours 18 minutes Retrograde
13	9.6	6.8	5.4	4.7
142,984	120,536	51,100	49,500	2,300
317.9	95.2	14.54	17.2	.002
1.3	.7	1.2	1.56	1.8
2.53	1.07	.91	1.16	.05 (?)
16	18	15	8	1
3°06'	26° 42'	97°54'	29°36'	94°
61.0	35.6	21.2	23.6	1
-150	-180	-210	-210	-230

11

ഗ്രഹങ്ങൾ

ഭൂകേന്ദ്രിതമായ പ്രപഞ്ചസങ്കല്പത്തിന്റെ ഭാഗമായിരുന്നു ഭാരതത്തിലെ നവഗ്രഹസങ്കല്പവും. ഇതനുസരിച്ച് സൂര്യനും ചന്ദ്രനും രാഹുവും കേതുവുമെല്ലാം ഗ്രഹങ്ങളാണ്. ജ്യോതിശാസ്ത്രസങ്കേതങ്ങൾ ഏറെ വികാസം പ്രാപിച്ച ആധുനികയുഗത്തിൽ ജ്യോതിഷികളുടെ നവഗ്രഹസങ്കല്പത്തിനോ അതിന്റെ ഭാഗമായ അന്ധവിശ്വാസങ്ങൾക്കോ നിലനിൽപ്പില്ല. പ്രപഞ്ച പ്രതിഭാസങ്ങളുടെ ശാസ്ത്രീയമായ വിശദീകരണം അന്ധവിശ്വാസങ്ങളിൽ നിന്നുള്ള വിമോചനത്തിന്റെ താക്കോലാണ്. ബുധൻ (Mercury), ശുക്രൻ (Venus), ഭൂമി (Earth), ചൊവ്വ (Mars), വ്യാഴം (Jupiter), ശനി (Saturn), യൂറാനസ് (Uranus), നെപ്ട്യൂൺ (Neptune) എന്നീ ഗ്രഹങ്ങളെക്കുറിച്ച് നമുക്കിന്ന് ശാസ്ത്രീയമായി അറിവുണ്ട്. സൗരയൂഥഗ്രഹങ്ങളെക്കുറിച്ച് സാമാന്യമായി മനസ്സിലാക്കിയിരിക്കേണ്ടത് ശാസ്ത്രീയമായൊരു പ്രപഞ്ചവീക്ഷണം വികസിപ്പിച്ചെടുക്കുന്നതിൽ പ്രധാനമാണ്. നമുക്കവയെ ഓരോന്നായി പരിചയപ്പെടാം.

ബുധൻ (Mercury)

സൂര്യോദയത്തിനു മുൻപോ അസ്തമനത്തിനു ശേഷമോ അല്പസമയത്തേക്കു മാത്രമേ ഈ ഗ്രഹത്തെ കാണാൻ കിട്ടാറുള്ളു. ഭൂമിയിൽ നിന്ന് അത്ര സുഗമമായി നിരീക്ഷിക്കാൻ കഴിയുന്നതല്ല അതിന്റെ സഞ്ചാരപാത. രാവിലെയും വൈകുന്നേരവും പ്രത്യക്ഷപ്പെടുന്നത് ഒരേ ഗ്രഹമാണെന്നു മനസ്സിലാക്കാൻ കഴിയാതിരുന്ന യവനന്മാർ ഹെർമസ് എന്നും അപ്പോളോ എന്നുമുള്ള രണ്ടു പേരുകൾ അതിനു നൽകി.

ശുക്രനെ സംബന്ധിച്ചും ഇത്തരമൊരു പ്രതിഭാസം ബാധകമാണ്. ഇതിനു കാരണം ബുധനും ശുക്രനും സൂര്യന്റെയും ഭൂമിയുടെയും

ഇടയിൽ നിൽക്കുന്നു എന്നതാണ്. പകൽസമയത്ത് സൂര്യപ്രകാശം മൂലം അവയെ കാണാൻ കഴിയില്ല. ഭൂമിയിൽ രാത്രിയാകുന്ന വശത്തേക്ക് അതു വരികയുമില്ല-അതിന്റെ പഥം സൂര്യന്റെയും ഭൂമിയുടെയും ഇടയിലാകകൊണ്ട്. എന്തുകൊണ്ട് ബുധനെയും ശുക്രനെയും രാത്രി കാണാൻ കഴിയുന്നില്ല എന്ന ചോദ്യമാണ് കോപ്പർനിക്കസിനെ സൂര്യനാണ് പ്രപഞ്ചകേന്ദ്രമെന്ന നിഗമനത്തിലേക്കെത്തിച്ചത്.

ചന്ദ്രന്റേതിലെന്നപോലെ കുണ്ടും കുഴികളും നിറഞ്ഞ ഒരു പ്രതലമാണ് ബുധനുള്ളത്. 1974 -ൽ നാസയുടെ 'മാരിനർ 10' എന്ന ഗവേഷണോപഗ്രഹമാണ് ബുധന്റെ സമീപമെത്തി ഉപരിതലത്തിന്റെ അനേകായിരം ചിത്രങ്ങളെടുത്തയച്ചത്. ചന്ദ്രന്റെ ഉപരിതലത്തിലുള്ളആഴമേറിയ ഗർത്തങ്ങളുടെ അത്ര ആഴത്തിലുള്ളതല്ല ബുധനിലെ ഗർത്തങ്ങൾ. എങ്കിലും ഈ കുഴികളുണ്ടായത് ഉൽക്കാപാതങ്ങൾ മൂലമാണെന്നാണ് കരുതുന്നത്. സൗരയൂഥത്തിന്റെ രൂപീകരണകാലത്ത് അനവധിയുണ്ടായിരുന്ന അലയുന്ന വസ്തുക്കൾ ഉപരിതലത്തിൽ കണക്കില്ലാതെ പതി

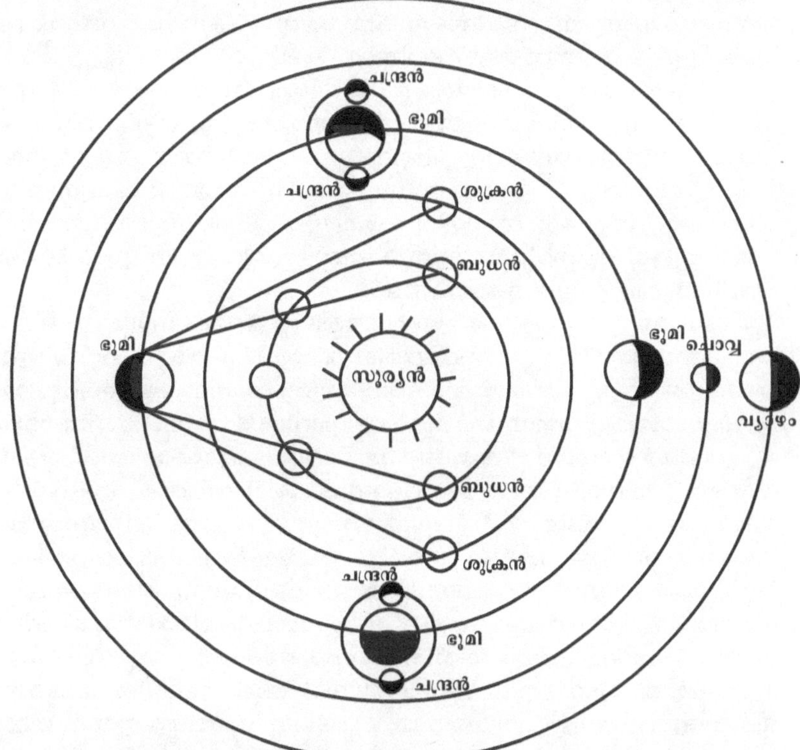

ബുധൻ, ശുക്രൻ എന്നീ ഗ്രഹങ്ങളുടെ ഭ്രമണപഥം ഭൂമിയുടേതിനകത്താണ്. അതുകൊണ്ടവയെ രാത്രി കാണാൻ കഴിയില്ല. ചൊവ്വമുതലുള്ള ഗ്രഹങ്ങളുടെ ഭ്രമണപഥം ഭൂമിയുടേതിനു പുറത്താണ്. അതുകൊണ്ടവയെ രാത്രിയും കാണാം. ചന്ദ്രൻ ഭൂമിയെ വലംവയ്ക്കുമ്പോൾ അത് ചിലപ്പോൾ അകത്തും ചിലപ്പോൾ പുറത്തുമായിരിക്കും.

ക്കാനിടയായത് അന്തരീക്ഷത്തിന്റെ അഭാവം മൂലമാണ്. അന്തരീക്ഷമുണ്ടായിരുന്നു എങ്കിൽ അതുമായുള്ള ഘർഷണം മൂലം പലതും കത്തി നശിക്കുമായിരുന്നു. കുഴികൾ പലതും കാറ്റിൽപ്പെട്ട് നികന്നുപോകുകയും ചെയ്യുമായിരുന്നു. ഇതെല്ലാം കുഴികൾ നിലനിൽക്കാനുള്ള കാരണങ്ങളാണ്.

സൂര്യനോട് ഏറ്റവും അടുത്തു സ്ഥിതിചെയ്യുന്ന ഈ ഗ്രഹം എട്ടു ഗ്രഹങ്ങളിൽ വച്ച് ഏറ്റവും ചെറുതുമാണ്. സൂര്യനും ബുധനുമിടയിലെ ശരാശരി അകലം 58 ദശലക്ഷം കിലോമീറ്ററാണ്. ഏറ്റവും കുറഞ്ഞ സമയം കൊണ്ട് സൂര്യനെ പ്രദക്ഷിണം വയ്ക്കുന്നത് ഈ ഗ്രഹമാണ്. മണിക്കൂറിൽ 1,70,000 കിലോമീറ്ററാണ് ഇതിന്റെ സഞ്ചാരവേഗത. ഒരാവൃത്തി സൂര്യനെ ചുറ്റിവരാൻ ഇതിന് 88 ഭൗമദിനങ്ങളേ വേണ്ടിവരൂ. എന്നാൽ ഇതിന്റെ തിരിയൽ (rotation) വേഗത താരതമ്യേന കുറവാണ്. 58 ഭൗമദിനങ്ങൾ കൊണ്ടാണ് ബുധൻ അതിന്റെ അച്ചുതണ്ടിൽ ഒരു വട്ടം തിരിയുന്നത്. ഭ്രമണപഥം ദീർഘവൃത്താകൃതിയിലായതുകൊണ്ട് ബുധനിൽ നിന്ന് നോക്കുകയാണെങ്കിൽ സൂര്യൻ ചിലപ്പോൾ വലുതായും ചിലപ്പോൾ ചെറുതായുമാണ് കാണാൻ കഴിയുക.

ബുധന് കാന്തികവലയമുണ്ട്. അതുകൊണ്ട് അകക്കാമ്പിൽ ഇരുമ്പുണ്ട് എന്നനുമാനിക്കുന്നു. അതിന് അന്തരീക്ഷമില്ല; ഗ്രീൻഹൗസ് ഇഫക്റ്റുമില്ല. ഉഗ്രതാപനിലയുള്ള പകലുകളും അതിശൈത്യമുള്ള രാവുകളുമാണ് ബുധന്റെ പ്രത്യേകത. സൂര്യനിൽനിന്ന് കൂടുതൽ അകന്നു സ്ഥിതിചെയ്യുന്ന ശുക്രന്റെ താപനില ബുധന്റേതിൽ നിന്നും ഉയർന്നതാണ്. അത് ശുക്രന് അന്തരീക്ഷമുള്ളതുകൊണ്ടും ഗ്രീൻഹൗസ് ഇഫക്റ്റ് (ഹരിത പ്രഭാവം) ഉള്ളതുകൊണ്ടുമാണ്.

ബുധന്റെ മറ്റൊരു പ്രത്യേകത അതിന്റെ ഭ്രമണപഥവുമായി ബന്ധപ്പെട്ടതാണ്. അതിന്റെ ഭ്രമണപഥത്തിന് ഓരോ തവണയും ചെറിയ വ്യതിയാനമുണ്ട്. നൂറു വർഷമാകുമ്പോൾ സൂര്യനെ വലംവച്ച് സൂര്യനോട് ഏറ്റവും അടുത്തുവരുന്ന ബിന്ദുവിന്റെ (perihelian point) സ്ഥാനത്തിന് 43" (ആർക്ക് സെക്കന്റ്)* വ്യതിയാനമുണ്ടാകും. ആദ്യകാലശാസ്ത്രജ്ഞന്മാർക്ക് ഇതു വലിയ തലവേദനകളാണുണ്ടാക്കിയത്. അത് ന്യൂട്ടന്റെയും കെപ്ലറുടെയും നിയമങ്ങൾ ബുധൻ അനുസരിക്കാത്തതെന്തെന്ന സംശയമുണർത്തി. ആൽബർട്ട് ഐൻസ്റ്റൈന്റെ ആപേക്ഷികസിദ്ധാന്തത്തിലെ 'ഗുരുത്വാകർഷണം സ്ഥലകാലത്തെ വളയ്ക്കു'മെന്ന കണ്ടെത്തലിനു ശേഷമാണ് ശാസ്ത്രലോകത്തിന് ഇതു വിശദീകരിക്കാൻ കഴിഞ്ഞത്. സൂര്യന്റെ ഏറ്റവുമടുത്തു നിൽക്കുകയാൽ അതിന്റെ ഗുരുത്വം ഏറ്റവും കൂടുതൽ അനുഭവിക്കുന്ന ഗ്രഹം ബുധൻ ആണ്. സ്ഥലകാലവുമായി പൊരുത്തപ്പെടാനുള്ള ബുധന്റെ തത്രപ്പാടിന്റെ ഫലമാണ് ഈ വ്യതിയാനം. സൂര്യനിൽ നിന്ന് അകന്നുപോകുന്തോറും മറ്റു ഗ്രഹങ്ങളിൽ ഈ പ്രതിഭാസം നമുക്കത്ര പ്രകടമായി തോന്നുകയില്ല.

* *ഒരു ആർക്ക് സെക്കന്റ് എന്നത് ഒരു ഡിഗ്രിയുടെ 3600 ൽ ഒന്നാണ്.*

ശുക്രൻ (Venus)
പൗരാണികർ ഈ ഗ്രഹത്തെ സന്ധ്യാനക്ഷത്രമെന്നു വിളിച്ചു

ഐൻസ്റ്റൈന്റെ മാഹാത്മ്യം അദ്ദേഹത്തിന്റെ ഭാവനാവൈഭവവും ഗണിതപരമായ നിർദ്ധാരണശേഷിയുമായിരുന്നു. അദ്ദേഹം തന്നെ ഉദ്ദേശിക്കാത്ത പ്രതിഫലനങ്ങളാണ് അതുളവാക്കിയത്. തന്റെ തന്നെ സിദ്ധാന്തങ്ങളിൽ നിന്നുരുത്തിരിഞ്ഞ പുതിയ തിരിച്ചറിവുകൾ അദ്ദേഹത്തെത്തന്നെ വല്ലാതെ അത്ഭുതപ്പെടുത്തി. പ്രപഞ്ചം വികസിച്ചുകൊണ്ടിരിക്കുന്നു എന്ന അദ്ദേഹത്തിന്റെ കണ്ടെത്തൽ അദ്ദേഹം തന്നെ ആദ്യം വിശ്വസിച്ചില്ല. പിന്നീട് ഡോപ്ലർ പ്രഭാവത്തിലൂടെ ഗാലക്സികൾ അകന്നുപോകുകയാണെന്ന് തെളിയിക്കപ്പെട്ടതോടെയാണ് പ്രപഞ്ചം വികസിച്ചുകൊണ്ടിരിക്കുകയാണെന്ന യാഥാർഥ്യം സാർവത്രികമായി അംഗീകരിക്കപ്പെട്ടത്.

ശുക്രൻ (Venus)

സൂര്യനിൽനിന്ന് രണ്ടാമത്തേത്, ഭൂമിയോട് ഏറ്റവും അടുത്തുവരുന്നത്, സൂര്യന്റെ ഏറ്റവുമടുത്തുള്ള ബുധന്റെ ഉപരിതലത്തേക്കാൾ കൂടിയ താപനിലയുള്ളത്, ഉപരിതലത്തെ പൂർണ്ണമായും മറയ്ക്കുവാൻ തക്ക മേഘാവൃതമായ അന്തരീക്ഷമുള്ളത് എന്നെല്ലാമുള്ള വിശേഷണങ്ങൾക്കുടമയാണ് ശുക്രൻ. സൂര്യനെ വലംവയ്ക്കാൻ 225 ദിവസങ്ങളെടുക്കും. അച്ചുതണ്ടിൽ ഒരു പ്രാവശ്യം തിരിയാൻ 243 ദിവസമെടുക്കും. ശുക്രനിലെ ഒരു ദിവസത്തിന്റെ ദൈർഘ്യം അവിടത്തെ ഒരു വർഷത്തിലും കൂടുതൽ. തിരിയുന്നത് വിപരീതദിശയിലാണ്. ഭൂമിയെ അപേക്ഷിച്ച് കിഴക്കുനിന്ന് പടിഞ്ഞാറേയ്ക്ക് ഭൂമിയോട് ഏറ്റവുമടുത്തു വരുമ്പോൾ 4 കോടി 50 ലക്ഷം കിലോമീറ്റർ അകലമുണ്ടായിരിക്കും.

ഭൂമിയുടെ സഹോദരി എന്ന് ശുക്രനെ വിശേഷിപ്പിക്കാറുണ്ട്. ഭൂമിയോടടുത്ത വലിപ്പവും ഭൂമിയോടൊപ്പം ഭാരവുമാണിതിനുള്ളത്. പക്ഷെ മനുഷ്യനെ സംബന്ധിച്ച് വിഷവാതകങ്ങൾ നിറഞ്ഞ ഒരു അന്തരീക്ഷമാണ് ശുക്രനുള്ളത്; കാർബൺ ഡൈഓക്സൈഡ് വാതകവും സൾഫ്യൂരിക് ആസിഡ് ബാഷ്പവും പുകപോലെമൂടിയ ഒന്ന്. നൈട്രജന്റെയും ഓക്സിജന്റെയും അംശങ്ങൾ മാത്രമേയുള്ളൂ. ഇതുമൂലം നിരീക്ഷകർക്ക്

ശുക്രന്റെ പ്രതലം വേണ്ടപോലെ കാണുവാൻ കഴിയുമായിരുന്നില്ല. ഇന്ന് ഗവേഷണപേടകങ്ങളുപയോഗിച്ച് പലതും മനസിലാക്കാൻ കഴിയുന്നുണ്ട്.

ശുക്രന്റെ അന്തരീക്ഷത്തിൽത്തട്ടി സൂര്യപ്രകാശം പ്രതിഫലിക്കുന്നതുകൊണ്ടാണ് അത് അതീവ പ്രകാശമാനമായി കാണുന്നത്. ഏഴു മാസത്തിലൊരിക്കൽ ഏതാനും ആഴ്ചകളോളം സൂര്യാസ്തമനം കഴിയുമ്പോൾ ഇതിനെ പടിഞ്ഞാറെ ചക്രവാളത്തിൽ കാണാം. പൗരാണികർ ഇതിനെ സന്ധ്യാനക്ഷത്രമെന്നു വിളിച്ചു. മൂന്നരമാസം കഴിയുമ്പോൾ ഏതാനും ആഴ്ചകളോളം ഇതിനെ ഉദയത്തിനു മുൻപ് കിഴക്കേ ചക്രവാളത്തിൽ കാണാൻ കഴിയും-ഉദയതാരക. സൂര്യൻ ഉദിച്ചുകഴിഞ്ഞാലും കുറച്ചുസമയത്തേക്ക് കാണാൻ കഴിയാവുന്നത്ര പ്രകാശം ശുക്രന് ഉണ്ട്. ഭൂമിയിൽ നിന്നു നോക്കുമ്പോൾ ചന്ദ്രന് വൃദ്ധിയും വൃദ്ധിക്ഷയവുമുള്ളതുപോലെ ദൂരദർശിനിയിലൂടെ നോക്കുമ്പോൾ ശുക്രനിലും അതുള്ളതായി കാണാം. ഗലീലിയോ ആണ് ഇത് ആദ്യം കണ്ടുപിടിച്ചത്. പകലും രാത്രിയിലും ശുക്രനെ കാണാൻ കഴിയാത്തതിന്റെ കാരണം ബുധനെക്കുറിച്ചു പറയുമ്പോൾ വ്യക്തമാക്കിയതാണ്. സൂര്യനാണ് പ്രപഞ്ചകേന്ദ്രത്തിൽ എന്ന് സ്ഥിരീകരിക്കാൻ ഗലീലിയോയെ പ്രേരിപ്പിച്ച കാര്യങ്ങളിലൊന്ന് ശുക്രന്റെ പ്രത്യേകതകളാണ്.

ശുക്രന്റെ അന്തരീക്ഷം കനത്തതാണെന്നു പറഞ്ഞുവല്ലോ. അതുകൊണ്ട് അന്തരീക്ഷമർദ്ദവും വളരെ ഉയർന്ന തോതിലാണ്. കാർബൺഡയോക്സൈഡിന്റെ അളവ് കൂടുതലുള്ളതിനാൽ 'ഗ്രീൻഹൗസ്' പ്രഭാവവും അധികമാണ്. അതുകൊണ്ട് ശുക്രന്റെ അന്തരീക്ഷത്തിൽ ചൂടു കൂടിക്കൂടി വരികയാണ്. സൂര്യനോടടുത്തു നിൽക്കുന്ന ബുധന്റെ ഉപരിതലത്തിലേക്കാൾ ഊഷ്മാവ് കൂടുതൽ ശുക്രനിലാണ്. 480°Cവരെ അതുയരും-ഈയം ഉരുകാൻ അത്രയും ഊഷ്മാവു മതി. ഭൂമിയുടെ അന്തരീക്ഷത്തിൽ കാർബൺ ഡൈ ഓക്സൈഡന്റെ അളവു വർധിക്കുകമൂലമുണ്ടാകുന്ന അതിന്റെ ആഗോളതാപനം മനുഷ്യസ്നേഹികളിൽ ഉത്കണ്ഠ ഉളവാക്കിയിട്ടുള്ളതും ഇവിടെ ഓർമ്മിക്കാം. അമേരിക്കയുടെയും സോവിയറ്റ് യൂണിയന്റെയും പിന്നീട് റഷ്യയുടെയും ബഹിരാകാശ പേടകങ്ങൾ ശുക്രന്റെ അന്തരീക്ഷത്തിനകത്തു കയറി ചിത്രങ്ങളയച്ചിട്ടുണ്ട്.

ഭൂമിയുടെ രൂപീകരണവേളയിൽ ഇവിടത്തെ അന്തരീക്ഷത്തിലും കാർബൺ ഡൈ ഓക്സൈഡിന്റെ അളവ് കൂടുതലായിരുന്നിരിക്കണമെന്നാണ് ശാസ്ത്രജ്ഞന്മാർ അനുമാനിക്കുന്നത്. എന്നാൽ അത് ജലത്തിലലിഞ്ഞും കൽക്കരിയായും പെട്രോളായും മാർബിൾ പോലെയും സസ്യജാലങ്ങളായും രൂപാന്തരം പ്രാപിച്ചതുകൊണ്ടാണ് നിയന്ത്രിതമായി നിൽക്കുന്നത്. ഇതെല്ലാം ക്രമാതീതമായി എരിക്കുന്തോറും ഭൂമിയിൽ പ്രശ്നങ്ങൾ കൂടുകയാണെന്നും നാം തിരിച്ചറിയണം.

ഭൂമിയിലുള്ളതുപോലുള്ള പാറകൾ, പ്രത്യേകിച്ചും ലാവ ഉറഞ്ഞുണ്ടാകുന്നതു പോലുള്ളത്, ശുക്രനിലും ഉള്ളതായി തെളിവു ലഭിച്ചിട്ടുണ്ട്. ശുക്രന്റെ ഭ്രമണത്തെക്കുറിച്ച്, ഉപരിതലത്തെക്കുറിച്ച്, അന്തരീക്ഷ

ത്തെക്കുറിച്ച് എല്ലാം തന്നെ ഇപ്പോഴും പഠനങ്ങൾ തുടരുകയാണ്. കുന്നുകളും മലകളും പീഠഭൂമികളും അവിടെ ഉള്ളതായി തെളിവുകളുണ്ട്. ഭീമാകാരങ്ങളായ ഉൽക്കകൾ ഇടിച്ചുണ്ടാക്കിയതെന്നു കരുതാവുന്ന ഗർത്തങ്ങളുമുണ്ട്. അത്തരം ആഘാതങ്ങൾ മൂലം ഉള്ളിൽ നിന്നു സ്രവിച്ചതെന്നു കരുതപ്പെടുന്ന ഉറഞ്ഞ ലാവയും പ്രതലത്തിൽ കണ്ടിട്ടുണ്ട്. അനവധി അഗ്നിപർവതങ്ങൾ ശുക്രനിലുണ്ട്. അവിടെ ഋതുഭേദങ്ങളില്ല, മഴയും മഞ്ഞുമില്ല. ചൂടും തണുപ്പും മാത്രം.

ചരിത്രകാരന് അശ്മകങ്ങൾ (fossil) പഠനവിഷയമാകുന്നതുപോലെയാണ് സൗരയൂഥശാസ്ത്രജ്ഞന്മാർക്ക് ശുക്രൻ. അതിന്റെ രൂപീകരണത്തെക്കുറിച്ചുള്ള പഠനങ്ങൾക്ക് വിലപ്പെട്ട വിവരങ്ങൾ അവിടെനിന്നും ലഭിക്കുമെന്നാണ് പ്രതീക്ഷ.

ശുക്രനെ സംബന്ധിച്ചുള്ള മറ്റൊരു പ്രത്യേകത ശുക്രസംതരണമാണ് (transit of Venus-TOV). സൂര്യഗ്രഹണത്തിനു സമാനമായ ഒന്ന്. സൂര്യബിംബത്തിനും ഭൂമിക്കുമിടയിൽ ശുക്രൻ വരുമ്പോഴാണ് ഇതു സംഭവിക്കുന്നത്. ചന്ദ്രൻ ഭൂമിയുടെ അടുത്തു സ്ഥിതിചെയ്യുന്നതുകൊണ്ടാണ് സൂര്യഗ്രഹണം പ്രകടമാകുന്നത്. ശുക്രന് ചന്ദ്രനേക്കാൾ വലിപ്പമുണ്ടെങ്കിലും അത് വളരെ അകലെയായതുകൊണ്ടാണ് അത്ര ശ്രദ്ധിക്കപ്പെടാതെ പോകുന്നത്. ഭൂമിയിൽനിന്ന് ശുക്രനിലേക്കുള്ള ദൂരം അളക്കാൻ ആദ്യകാല ശാസ്ത്രജ്ഞന്മാർ ശുക്രസംതരണസമയം ഫലപ്രദമായി ഉപയോഗിച്ചിട്ടുണ്ട്. വിവിധ സ്ഥലങ്ങളിൽ നിന്ന് സംതരണ സമയമളന്നാണ് ഇത് നിർവഹിച്ചത്.

സൗന്ദര്യദേവതയുടെ പേരാണ് വീനസ് എന്നത്. ശുക്രന്റെ ഉപരിതലത്തിലെ കുന്നുകൾക്കും കുഴികൾക്കുമെല്ലാം അന്താരാഷ്ട്ര ജ്യോതിശാസ്ത്രയൂണിയൻ (International Astronomical Union - IAU) ദേവതകളുടെയോ വനിതകളുടെയോ പേരുകളാണ് നൽകിയിരിക്കുന്നത്. ഗ്രീക്ക്-റോമൻ ഇതിഹാസകഥാപാത്രങ്ങളുടെ പേരുകൾ മാത്രമല്ല ഇതിനുപയോഗിച്ചിട്ടുള്ളത്. ആദിമ അറബികളുടെയും എസ്കിമോകളുടെയും ദേവതകളുടെ പേരുകളും അഗതാക്രിസ്റ്റി, എലിസബത്ത് ബാരറ്റ് തുടങ്ങിയ സാഹിത്യകാരികളുടെ പേരുകളും ഇതിൽ ഉൾപ്പെടും. ഉഷസ്സ് എന്ന ഒരു ഗർത്തവും ഇക്കൂട്ടത്തിലുണ്ട്.

ഭൂമി (Earth)

"ഈ നിത്യഹരിതയാം ഭൂമിയിലല്ലാതെ,
മാനസസരസുകളുണ്ടോ,
സ്വപ്നങ്ങളുണ്ടോ, പുഷ്പങ്ങളുണ്ടോ,
സ്വർണ്ണമരാളങ്ങളുണ്ടോ,
വസുന്ധരേ, വസുന്ധരേ,
മതിയാകുംവരെ ഇവിടെ ജീവിച്ചു മരിച്ചവരുണ്ടോ"

- *വയലാർ*

ഭൂമിയുടെ ഗ്രീക്കുനാമം ഗയിയ എന്നാണ്-യൂറാനസിന്റെ ഭാര്യയും സിയൂസിന്റെ മാതാവുമായ ഇതിഹാസ കഥാപാത്രം. ജിയോ എന്ന വാക്ക് ഇതിൽ നിന്നു രൂപംകൊണ്ടതാണ്. ഭാരതീയർക്കും ഭൂമി സ്ത്രീകഥാപാത്രമാണ്-ഭൂമിദേവി.

ഒരു ബഹിരാകാശസഞ്ചാരിക്ക് അതിമനോഹരമായ ഒരു ഗോളമായി ഭൂമിയെ കാണാൻ കഴിയും. നീലക്കടലുകൾ, ഇരുണ്ട കരകൾ, മഞ്ഞു തൊപ്പിയിട്ട വെള്ള ധ്രുവങ്ങൾ-എല്ലാം വേർതിരിഞ്ഞു കാണാം. ജീവന്റെ തുടിപ്പുകളാണ് അതിനു പ്രപഞ്ചത്തിൽ അതുല്യമായ ഒരു പദവി നൽകുന്നത്. അനേകമനേകം യാദൃച്ഛികതകളുടെ കൂടിച്ചേരലുകളും കുഴമറിച്ചിലുകളുമാണ് അതിനു കളമൊരുക്കിയത്. അത്തരമൊരു ഭാഗ്യം പ്രപഞ്ചത്തിൽ ഭൂമിക്കു മാത്രമേ നമ്മുടെ അറിവിലുള്ളൂ. അത്തരമൊരു ഭൂമിയിൽ ബുദ്ധിപരമായ ആധിപത്യം സ്ഥാപിക്കാൻ കഴിഞ്ഞ മനുഷ്യനും ഭാഗ്യവാനാണ്.

സചേതനവസ്തുക്കളും അചേതനവസ്തുക്കളും തമ്മിൽ അവരറിയാതെ നിലനിൽക്കുന്ന സൗഹാർദ്ദപൂർണ്ണമായ സഹവർത്തിത്വവും സഹജീവിതവുമാണ് ഭൂമിയിൽ ജീവൻ നിലനിർത്തുന്നത്. അറിവു കൂടുന്തോറും മനുഷ്യന്റെ സ്വാർഥത ഈ സഹവർത്തിത്വത്തിനു തുരങ്കം വയ്ക്കുന്നു എന്നതാണ് ഇന്നത്തെ തിരിച്ചറിവ്. ഓക്സിജൻ, കാർബൺ ഡയോക്സൈഡ്, നൈട്രജൻ എന്നിവ ജൈവലോകവുമായി പ്രവർത്തിച്ചും പ്രതിപ്രവർത്തിച്ചും ചാക്രികമായി നിലകൊള്ളുന്നത്, ദ്രവരൂപത്തിൽ ജലം സ്ഥിതിചെയ്യുന്നത്, അന്തരീക്ഷ ഊഷ്മാവു വർദ്ധിച്ച് ധ്രുവങ്ങളിലെ ജലമുരുകി കര മുങ്ങാതിരിക്കുന്നത്, ഊഷ്മാവു കുറഞ്ഞ് ജലമെല്ലാം ഹിമമായി മാറാതിരിക്കുന്നത്, മാരകമായ അൾട്രാവയലറ്റ് രശ്മികളെ തടഞ്ഞുനിറുത്തത്തക്കവിധം ഓസോൺപാളി നിലനിൽക്കുന്നത്, ഭൂമിയുടെ അച്ചുതണ്ടിന്റെ ചെരിവിലൂടെ കാലാവസ്ഥകൾ മാറി മാറി വരുന്നത് - ഇതെല്ലാംതന്നെ ഭൂമിയെ അനുഗ്രഹിക്കപ്പെട്ട ഒരു ഗ്രഹമായി നിലനിറുത്തുന്നു.

ഭൂമിയിലുള്ള ജലത്തിന്റെ 97 ശതമാനവും ഉപ്പുവെള്ളമാണ്. ബാക്കി മൂന്നു ശതമാനത്തിൽ രണ്ടും ഹിമമാണ്. ഭൂമിയുടെ ഉപരിതലത്തിന്റെ 1/10 ഭാഗം ഹിമത്താൽ മൂടപ്പെട്ടിരിക്കുന്നു. നദികളിലും ഭൂഗർഭത്തിലും തടാകങ്ങളിലുമുള്ള വെള്ളമാകെ ഒരു ശതമാനമേ വരൂ. ഭൂമിയിലെ ഏറ്റവും വലിയ ശുദ്ധജലതടാകം കനഡ-യു എസ് അതിർത്തിയിലുള്ള 'ലേക് സുപ്പീരിയർ' ആണ്; 80000 ച.കിലോമീറ്റർ-കേരളത്തിന്റെ ഇരട്ടി വലിപ്പം.

അന്തരീക്ഷത്തിലെ ഓക്സിജൻ ഉൽപ്പാദിപ്പിക്കുന്നത് സസ്യങ്ങളാണ്- അവയിൽ 70 ശതമാനവും സമുദ്രത്തിൽ പൊങ്ങിക്കിടക്കുന്ന പായലുകളാണ്. മനുഷ്യനുൾപ്പെടെയുള്ള മൃഗങ്ങൾ ഉച്ഛ്വസിക്കുന്ന കാർബൺ ഡയോക്സൈഡിനെ സ്വീകരിച്ച് വിഘടിപ്പിച്ച് ഓക്സിജനും അന്നജവുമുണ്ടാക്കുന്നത് സസ്യങ്ങളാണ്. അതു ഭക്ഷിക്കുന്നതും മനുഷ്യനടക്കമുള്ള ജന്തുക്കളാണ്.

മലനിരകളും കൊടുമുടികളും സമുദ്രഗർത്തങ്ങളും മാത്രമല്ല മരുഭൂമികളും അഗ്നിപർവതങ്ങളും ഭൂമിയുടെ പ്രത്യേകതകളാണ്. അഞ്ഞൂറു കിലോമീറ്റർ വരെ ഉയരമുള്ള അന്തരീക്ഷം വിവിധ സ്വഭാവങ്ങളുടെ അടിസ്ഥാനത്തിൽ വിവിധ പാളികളാണ്. പത്തുകിലോമീറ്റർ വരെയുള്ള ട്രോപോസ്ഫിയറിനകത്താണ് മേഘങ്ങൾ പാറി നടക്കുന്നത്. 50 കിലോമീറ്ററിനു മുകളിൽ ഓസോൺപാളികളെ വരെ ഉൾക്കൊള്ളുന്ന സ്ട്രാറ്റോസ്ഫിയർ, 100 കിലോമീറ്ററിനപ്പുറമുള്ള അയണോസ്ഫിയർ എന്നിവ അതിലെ മറ്റു പ്രധാന പാളികളാണ്.

സൂര്യനിൽനിന്നു മൂന്നാമത്തെ ഗ്രഹമായ ഭൂമി വ്യാഴവും ശനിയും പോലുള്ള ഭീമന്മാരുമായി താരതമ്യപ്പെടുത്തുമ്പോൾ വളരെ വളരെ ചെറുതാണ്. എല്ലാ ഗ്രഹങ്ങളുടെയും പിണ്ഡത്തിന്റെ ആകത്തുകയെടുത്താൽ സൂര്യന്റെ ഒരു ശതമാനമേ വരൂ. ആ ഒരു ശതമാനത്തിന്റെ 1/450 മാത്രമേ ഭൂമിക്കുള്ളൂ. ക്ഷീരപഥത്തിലെ സൂര്യന്റെ സ്ഥാനം (വലിപ്പം) ഒരു പൊടിയുടേതാണ്. ഭൂമിയുടെ വലിപ്പം പ്രപഞ്ചത്തിന്റേതു പോയിട്ട് ഈ ഗാലക്സിയിൽ പോലും അവഗണിക്കാവുന്നതേയുള്ളൂ. ഭൂമി വലുതാണ് എന്നു നമുക്കു തോന്നുന്നത് നാമത്രയ്ക്കും ചെറുതായതുകൊണ്ടാണ്. നാം നിസ്സാരന്മാരാണ് എന്ന തിരിച്ചറിവിലാണ് നമ്മുടെ വലിപ്പം. ഈ വലിപ്പത്തെ കവച്ചുവയ്ക്കുന്ന മറ്റെന്തെങ്കിലുമുള്ളതായി നമുക്കറിവില്ല. പക്ഷെ അങ്ങനെ എന്തെങ്കിലും പ്രപഞ്ചത്തിൽ എവിടെയെങ്കിലുമുണ്ടാകാനുള്ള സാദ്ധ്യത തള്ളിക്കളയാനുമാവില്ല.

ഗ്രീൻഹൗസ് ഇഫക്റ്റ്

അന്തരീക്ഷം ഒരു ചില്ലുമേൽക്കൂരയാണ്. അത് സൂര്യനിൽ നിന്നുള്ള പ്രകാശകിരണങ്ങളും താപവും ഭൂമിയിലേക്കു കടത്തിവിടുന്നു. എന്നാൽ കടന്നുവരുന്നത്ര താപത്തെ അത് തിരിച്ചു കടത്തിവിടുന്നില്ല. ചുരുക്കത്തിൽ ഭൂമിയുടെ ഊഷ്മാവ് ക്രമേണ കൂടിവരുന്നു. ഇതിന് പ്രധാന പങ്കുവഹിക്കുന്നത് കാർബൺ ഡൈ ഓക്സൈഡ് വാതകമാണ്. ഇന്ധനങ്ങൾ (പെട്രോൾ, കൽക്കരി തുടങ്ങിയവ) കത്തിച്ചുതീർക്കുന്നത് അന്തരീക്ഷത്തിലെ കാർബൺ ഡൈ ഓക്സൈഡിന്റെ അളവ് വർദ്ധിപ്പിക്കുന്നു. ചൂട് ഇതേതോതിൽ വർദ്ധിച്ചുവന്നാൽ ധ്രുവപ്രദേശങ്ങളിലേയും ഹിമാലയം പോലുള്ള പർവ്വതങ്ങളിലെയും മഞ്ഞുരുകി സമുദ്രനിരപ്പുയരും. ഈ നൂറ്റാണ്ടിന്റെ മധ്യത്തോടെതന്നെ താഴ്ന്ന പ്രദേശങ്ങളെല്ലാം വെള്ളത്തിനടിയിലാകും. കോടിക്കണക്കിനു ജനങ്ങൾ വീടില്ലാത്തവരാകുകയും കൃഷിസ്ഥലങ്ങൾ വെള്ളത്തിനടിയിലാവുകയും ചെയ്യും. ഇന്ധനങ്ങൾ എരിക്കുന്നത് നിയന്ത്രിക്കുകയും സസ്യജാലങ്ങളുടെ നില വർദ്ധിപ്പിക്കുകയും ചെയ്തുകൊണ്ടല്ലാതെ ഇതിനു പരിഹാരമില്ല. ജനസംഖ്യ നിയന്ത്രിക്കുന്നതും പ്രധാനമാണ്.

ചൊവ്വ (Mars)

ചൊവ്വയിലെ മനുഷ്യർ ഭൂമിയിലുള്ളവരുമായി യുദ്ധത്തിലേർപ്പെടുന്ന സംഭവമാണ് എച്ച് ജി വെൽസിന്റെ *ഗോളാന്തരയുദ്ധം* എന്ന നോവലിൽ പ്രതിപാദിക്കുന്നത്. ദൂരദർശിനിയിലൂടെ നോക്കുമ്പോൾ കണ്ട ചില വരകൾ ചൊവ്വയിലെ ജലസേചനപദ്ധതികളാണെന്ന് ചിലർ വ്യാഖ്യാനിച്ചിരുന്നു. അതിൽനിന്നു പ്രചോദനം കൊണ്ടായിരിക്കണം വെൽസ് നോവലെഴുതിയത്.

സൂര്യനിൽനിന്ന് നാലാമത്തെ ഗ്രഹമാണ് ചൊവ്വ. ഭൂസമാനമായ അവസാന ഗ്രഹം. ഭൂമിയിൽനിന്ന് അത്ര എളുപ്പത്തിൽ കാണാവുന്ന ഒന്നല്ല അത്. ക്ഷമയോടെയുള്ള നിരീക്ഷണത്തിലൂടെയേ ഇതിനെ കാണാനാവൂ. രണ്ടുവർഷം കൂടുമ്പോൾ നാലു മാസത്തോളം കാലം അതിനെ നിരീക്ഷിക്കാൻ കഴിയും. അപ്പോഴാണ് അത് ഭൂമിയോടടുത്തു വരുന്നത്. ഭൂമിയോട് ഏറ്റവും അടുത്തു വരുമ്പോൾ പോലും അത് 560 ലക്ഷം കിലോമീറ്റർ അകലെയായിരിക്കും.

1960 മുതൽ തന്നെ അമ്പേഷണ ഉപഗ്രഹങ്ങൾ ചൊവ്വയെക്കുറിച്ചുള്ള വിവരങ്ങൾ നമുക്കു നൽകുന്നുണ്ട്. നാസയും സോവിയറ്റ് യൂണിയനും യൂറോപ്യൻ സ്പേസ് ഏജൻസിയും ഇക്കാര്യത്തിൽ പങ്കു വഹിച്ചിട്ടുണ്ട്. എങ്കിലും മാരിനർ, വൈക്കിംഗ് പദ്ധതികളിലൂടെ നാസ വഹിച്ച പങ്ക് എടുത്തു പറയത്തക്കതാണ്. ചൊവ്വയിലിറങ്ങി 'സഞ്ചരിച്ചു' വിവരങ്ങൾ ശേഖരിച്ച 'സ്പിരിറ്റ് റോവർ' എന്ന റോബോട്ട് നിയന്ത്രിത ഉപകരണത്തിന്റെ സേവനവും ഇവിടെ ഓർമ്മിക്കാം. ഈ പരീക്ഷണങ്ങളെല്ലാം തന്നെ ചൊവ്വയിൽ ജീവികളുണ്ടെന്ന പഴയ വിശ്വാസത്തെ തകർത്തു കളയുന്നതായിരുന്നു.

ഭൂമിയുടെ പത്തിലൊന്നു മാത്രം പിണ്ഡമുള്ള ചൊവ്വ 24 മണിക്കൂർ 37 മിനിറ്റ് 23 സെക്കന്റു കൊണ്ടാണ് സ്വന്തം അച്ചുതണ്ടിൽ ഒരു പ്രാവശ്യം കറങ്ങുന്നത്. സൂര്യനെ ഒരു വട്ടം വലംവയ്ക്കാൻ ഇത് 687 ദിവസമെടുക്കും. സൂര്യപ്രകാശത്തിന്റെ തീവ്രത ഭൂമിയുടേതിന്റെ പകുതിയേ വരൂ. ഉപരിതലത്തിലെ ശരാശരി ഊഷ്മാവ് $^{-}55^{o}$C. ഇരുമ്പിന്റെ ഓക്സൈഡ് (തുരുമ്പ്) ഗണ്യമായി അടങ്ങിയ ഉപരിതലമായതുകൊണ്ടാണ് ചുവപ്പുരാശിയുള്ളത്. കത്തിയമർന്ന അഗ്നിപർവ്വതങ്ങളുടെ ശേഷിപ്പുകളാണ് കുണ്ടും കുഴികളും പാറകളുമായിക്കാണുന്നത്. ധ്രുവങ്ങളിൽ കാണുന്ന മഞ്ഞുതൊപ്പി കാർബൺഡൈഓക്സൈഡ് ഉറഞ്ഞുണ്ടായതാണ്. ഋതുഭേദങ്ങൾക്കനുസരിച്ച് ഈ മഞ്ഞുകൂനയുടെ വലിപ്പത്തിൽ വ്യത്യാസം വരും. ചൂടുകാലത്ത് അതു ചെറുതാകുകയും ശൈത്യകാലത്ത് വലിപ്പംവയ്ക്കുകയും ചെയ്യും.

ചൊവ്വയിൽ ദ്രവരൂപത്തിൽ ജലമില്ല. ഒന്നുകിൽ മഞ്ഞുകട്ട, അല്ലെങ്കിൽ ജലബാഷ്പം. ബാഷ്പം ജലരൂപത്തിലാകാൻ തക്കവണ്ണമുള്ള മർദ്ദം അന്തരീക്ഷത്തിലില്ലാത്തതാണതിനു കാരണം. ഇന്നത്തെ തെളിവു

കൾ വച്ചുള്ള അനുമാനപ്രകാരം ചൊവ്വയിൽ ആകെയുള്ള മഞ്ഞുകട്ടകളുരുകുകയും ബാഷ്പം ജലമാകുകയും ചെയ്താൽപ്പോലും ഭൂമിയിലെ ഒരു ചെറിയ തടാകത്തിൽ കൊള്ളാനുള്ളതേയുള്ളു. കാർബൺഡൈഓക്സൈഡും ജലവും കലർന്ന മഞ്ഞുകട്ടകളോടനുബന്ധിച്ച ജീവന്റെ എന്തെങ്കിലും പ്രാകൃതരൂപങ്ങൾ കണ്ടെങ്കിലായി. ഒരു കാലത്ത് ജലം ഒലിച്ചുപോയിരുന്നതുപോലുള്ള ഉണങ്ങിയ ചാലുകൾ ചൊവ്വയിൽ കാണാനുണ്ട്. ഉത്തരധ്രുവത്തിലെ മരവിച്ച മൈതാനങ്ങൾക്കടിയിലെന്നപോലെ ഉറഞ്ഞ ജലപാളികൾ ഉപരിതലത്തിനടിയിൽ കണ്ടേക്കാമെന്നാണ് ചില ശാസ്ത്രജ്ഞന്മാർ കരുതുന്നത്.

മർദ്ദമില്ലാത്ത നേർത്ത അന്തരീക്ഷമാണെങ്കിൽപ്പോലും രൂക്ഷമായ പൊടിക്കാറ്റ് ചൊവ്വയിൽ സാധാരണമാണ്. ചൊവ്വയുടെ ഉപരിതലം തരികുറഞ്ഞ പൊടികൊണ്ടാണ് മൂടിയിരിക്കുന്നത്. സൂര്യനോടടുത്തു വരുന്ന അവസരത്തിലാണ് (രണ്ടു വർഷത്തിലൊരിക്കൽ) ഈ പൊടിക്കാറ്റ് രൂക്ഷമാകുന്നത്.

ചൊവ്വയ്ക്ക് രണ്ടുപഗ്രഹങ്ങളുണ്ട്. ഫോബോസ്, ഡീമോസ് എന്നിങ്ങനെയാണ് അവയെ നാമകരണം ചെയ്തിട്ടുള്ളത്. വിലക്ഷണാകൃതിയുള്ള പാറക്കഷ്ണങ്ങൾ പോലെയുള്ള ഇവയെ നിരീക്ഷിക്കുക എളുപ്പമല്ല. സൗരയൂഥത്തിലെ ഉപഗ്രഹങ്ങൾ പലതും ഗോളാകൃതിയിലല്ലാത്തതിന് പ്രധാനമായും രണ്ടു കാരണങ്ങളാണ്. ഒന്നുകിൽ അവ വലിയവ തമ്മിൽ കൂട്ടിയിടിച്ചു തകർന്നതാകാം. അല്ലെങ്കിൽ അവയ്ക്കു ഗോളാകൃതി കൈവരിക്കാൻ വേണ്ടുന്ന ഗുരുത്വാകർഷണമില്ലാത്തതാകാം.

ആകാശഗോളങ്ങളുടെ ചലനം വൃത്താകാരമായ സഞ്ചാരപഥങ്ങളിലൂടെയാണെന്നാണ് പൗരാണികർ വിശ്വസിച്ചിരുന്നത്. എന്നാൽ ചൊവ്വയുടെ പഥം നിരീക്ഷിക്കുമ്പോഴാണ് ഇതത്ര ശരിയാവാൻ വഴിയില്ല എന്ന് കെപ്ലർ മനസിലാക്കിയത്. ചൊവ്വയുടെ പഥം ദീർഘവൃത്താകൃതിയിലാണെന്ന് അദ്ദേഹം കണ്ടെത്തി. അത് വളരെ പ്രധാനപ്പെട്ട മൂന്നു ഭ്രമണനിയമങ്ങൾ രൂപീകരിക്കുന്നതിലേക്ക് അദ്ദേഹത്തെ നയിച്ചു.

ഒരു കാലത്ത് ചൊവ്വ ഭൂമിയെപ്പോലെതന്നെ ചൂടും മർദ്ദമുള്ള അന്തരീക്ഷവും ജലവും ഒരുപക്ഷെ ജീവികളും ഉണ്ടായിരുന്നിരിക്കാനിടയുള്ള ഒരു ഇടമാണെന്നാണ് പല ശാസ്ത്രജ്ഞരും കരുതുന്നത്. നിലനിൽപ്പിനായുള്ള സമരത്തിൽ ജീവജാലങ്ങൾ പരാജയപ്പെട്ടതാകാം.

മനുഷ്യന്റെ ശ്രദ്ധ ഇന്ന് ചൊവ്വയിലേക്ക് ഗൗരവപൂർവ്വം തിരിഞ്ഞിട്ടുണ്ട്. മനുഷ്യനെ ചൊവ്വയിലിറക്കാനുള്ള ദീർഘകാല പദ്ധതിക്ക് നാസ രൂപം നൽകിവരികയാണ്. ജീവയോഗ്യമായ ഒരന്തരീക്ഷം ചൊവ്വയിൽ സൃഷ്ടിച്ചെടുക്കാനാവുമോ എന്നും ചിന്തിക്കുന്നുണ്ട്. സാങ്കേതിക പ്രശ്നങ്ങളേക്കാളുപരി സാമ്പത്തികപ്രശ്നങ്ങളും അതിനെ പിന്നോട്ടു വലിക്കുന്നുണ്ട്. ചൊവ്വയിൽ മനുഷ്യനെ ഇറക്കുന്നത് ഒരു ആഗോള സഹകരണ പദ്ധതിയിലൂടെ ആയിരിക്കാനാണ് സാധ്യത കാണുന്നത്.

ചുവന്ന നിറമുള്ളതുകൊണ്ട് ഗ്രീക്കുകാർ യുദ്ധത്തിന്റെ ദേവനായിട്ടാണ് ചൊവ്വയെ ആരാധിച്ചിരുന്നത്. ഇവിടെ ജ്യോതിഷികൾക്ക് ചൊവ്വ പാപഗ്രഹമാണ്. എന്നാൽ ഗ്രഹങ്ങളുടെ ഭ്രമണനിയമങ്ങളും ചലനനിയമങ്ങളും കെപ്ലർ, ന്യൂട്ടൺ തുടങ്ങിയവർ കണക്കുകൂട്ടി വ്യക്തമാക്കിയിട്ടുണ്ട്. മനുഷ്യനിർമ്മിതമായ ഉപഗ്രഹങ്ങൾക്കും ഇതേ നിയമങ്ങൾ തന്നെയാണ് ബാധകമായിരിക്കുന്നത്.

വ്യാഴം (Jupiter)

സൗരയൂഥത്തിലെ ഏറ്റവും വലിയ ഗ്രഹമാണിത്. പുറംഗ്രഹങ്ങളായ നാലു വാതകഭീമന്മാരിൽ ഏറ്റവും വലുത്. ഒരു ചെറിയ നക്ഷത്രമായി മാറുവാൻ ഭാഗ്യമില്ലാതെ പോയ ഗ്രഹം. സ്വന്തം അച്ചുതണ്ടിൽ കറങ്ങുന്ന ഇതിന്റെ ഭ്രമണവേഗത മണിക്കൂറിൽ 45000 കിലോമീറ്ററാണ്. ഉയർന്ന മർദ്ദത്തിൽ വാതകങ്ങളുടെ ഒരു പുറംതോടും പ്രക്ഷുബ്ധമായ ഒരന്തരീക്ഷവും ഇതിനുണ്ട്. ഏതു നേരവുമുള്ള കൊടുങ്കാറ്റും ഇടിമിന്നലും ഇതിന്റെ പ്രത്യേകതയാണ്. വ്യാഴത്തിനു മൂന്നു വലയങ്ങളുണ്ടെങ്കിലും ശക്തിയേറിയ ദൂരദർശിനി കൊണ്ടുപോലും തിരിച്ചറിയുവാൻ കഴിയില്ല. വോയജർ - 1 എന്ന ഗവേഷണപേടകമാണ് ആദ്യമായി അതു കണ്ടെത്തിയത്.

വൊയെജർ 1 നെ വഹിച്ചുകൊണ്ട് റോക്കറ്റ് ഉയരുന്നു

വ്യാഴത്തിന്റെ മധ്യഭാഗത്ത് പാറയുടെ ഒരുൾക്കാമ്പുണ്ട്. അവിടത്തെ താപനില ഏതാണ്ട് 25000°C ആണ്. അതിനു പുറമേ അതിശക്തമായ മർദ്ദത്തിനു വിധേയമായ ഹൈഡ്രജൻ ഉരുകിയ ലോഹം പോലെ നിലകൊള്ളുന്നു. അതിനും പുറമേയാണ് ദ്രാവകാവസ്ഥയിലുള്ള ഹൈഡ്രജൻ. വ്യാഴത്തിൽ 88 ശതമാനം ഹൈഡ്രജനും 11 ശതമാനം ഹീലിയവുമാണ്. ഒരു ശതമാനം വരുന്ന മറ്റു മൂലകങ്ങളാണ് വ്യാഴത്തിന്റെ വർണ്ണവൈവിധ്യത്തിനു ഹേതു. ഒരു നക്ഷത്രത്തിനു സമാനമായ ഉള്ളടക്കമാണ് വ്യാഴത്തിന്റേത്. സൂര്യനിൽനിന്ന് അതിനു ലഭിക്കുന്നതിനേക്കാൾ ഊർജ്ജം അതു പുറ

ത്തേക്കു വിടുന്നുണ്ട്. പിറക്കാതെ പോയ നക്ഷത്രം, അർദ്ധനക്ഷത്രം എന്നെല്ലാം ഇതിനെ ശാസ്ത്രജ്ഞന്മാർ വിശേഷിപ്പിക്കാറുണ്ട്. അത് എന്നെങ്കിലും ഒരു നക്ഷത്രമായി മാറാനുള്ള സാധ്യതയും ചിലർ മുന്നോട്ടു വയ്ക്കുന്നുണ്ട്. ഏറ്റവും രസകരമായ മറ്റൊരു കഥയുമുണ്ട്! ഒരു കാലത്ത് വ്യാഴമായിരുന്നു സൗരയൂഥത്തിന്റെ അധിപൻ. സൂര്യൻ ഒരു ആക്രമണകാരിയെപ്പോലെ പുറമേ നിന്നു വന്ന് ആധിപത്യം സ്ഥാപിക്കുകയായിരുന്നു.

വലിപ്പത്തിൽ ഭൂമിയുടെ 13000 ഇരട്ടിവരുന്ന വ്യാഴത്തിന്റെ പിണ്ഡം 300 ഇരട്ടിയേ വരൂ. ഗുരുത്വാകർഷണം $2^{1}/2$ ഇരട്ടിയാണ്. ഒരു മനുഷ്യൻ അവിടെ ഇറങ്ങുന്നതായി സങ്കൽപ്പിച്ചാൽ അയാൾക്ക് അവിടെ നിൽക്കുവാനോ നടക്കുവാനോ കഴിയില്ല, കിടന്നിഴയാൻ വളരെ വിഷമിച്ചാൽ ഒരുപക്ഷേ കഴിഞ്ഞേക്കും. മറ്റുള്ള എല്ലാ ഗ്രഹങ്ങളേയും ഉൾക്കൊള്ളുവാനുള്ള വലിപ്പമുണ്ടെങ്കിലും സ്വന്തം അച്ചുതണ്ടിൽ കറങ്ങുവാൻ അതിന് പത്തുമണിക്കൂർ മതി. മണിക്കൂറിൽ 45000കി.മീറ്റർ. ഉഗ്രമായ ഈ വേഗത മൂലം ഈ ഭീമൻ ഗ്രഹത്തിന്റെ ധ്രുവങ്ങൾ വല്ലാതെ പതിഞ്ഞതാണ്. സൂര്യനെ വലം വയ്ക്കുവാൻ അതിന് പന്ത്രണ്ടു വർഷം വേണം അതാണ് ഒരു വ്യാഴവട്ടം.

ദൂരദർശിനിയിലൂടെ നോക്കുമ്പോൾ വ്യാഴത്തിന്റെ ഉപരിതലത്തിൽ കാണുന്ന ചുവന്ന അടയാളം 30കോടി ചതുരശ്ര കിലോമീറ്റർ വലിപ്പമുള്ള ഒരു മേഘമാണ്. വ്യാഴത്തിന്റെ നാലു ഉപഗ്രഹങ്ങൾ ടെലസ്കോപ്പിലൂടെ കണ്ടെത്തിയത് ഗലീലിയോ ആണ്. അതുകൊണ്ട് ഇവ ഗലീലിയൻ ഉപഗ്രഹങ്ങളെന്നാണ് അറിയപ്പെടുന്നത്. ഇയോ, യൂറോപ്പ, ഗാനിമേഡ്, കലിസ്റ്റോ എന്നിവയാണവ. വ്യാഴത്തെ ചുറ്റുന്ന പതിനാറ് ഉപഗ്രഹങ്ങളെ നമുക്കിന്ന് അറിയാം.

പയനിയർ, വോയജർ എന്നീ പദ്ധതികളിലൂടെയാണ് വ്യാഴത്തെക്കുറിച്ച് കൂടുതൽ മനസ്സിലാക്കാൻ കഴിഞ്ഞത്. ശക്തമായ ഒരു കാന്തവലയമാണിതിനുള്ളത്. ശക്തമായ ഈ കാന്തമേഖലയിൽനിന്ന് വികിരണം ചെയ്യപ്പെടുന്ന റേഡിയേഷനുകളെ സിംക്രോട്രോൺ എന്നാണ് പറയുന്നത്. ഹബിൾ സ്പേസ് ടെലിസ്കോപ്പ് നിരന്തരമായി വ്യാഴത്തിന്റെ ചിത്രങ്ങളെടുക്കുന്നുണ്ട്.

ആകാശത്തു കാണുന്ന വളരെ പ്രകാശമാനമായ വസ്തുക്കളിൽ ഒന്നാണ് വ്യാഴം. ഒരു സാധാരണ ടെലിസ്കോപ്പിലൂടെ നിരീക്ഷിച്ചാൽ പോലും സുന്ദരമായ ഒരു കാഴ്ചയാണതു നൽകുക. എന്നാൽ അതിന്റെ പ്രതലത്തിലെ ചുവന്ന അടയാളവും വെള്ളപ്പാടുകളും കറുത്ത പുള്ളികളും മറ്റും കാണണമെങ്കിൽ ശക്തിയേറിയ ദൂരദർശിനികൾ തന്നെ വേണം. ഈ പാടുകളെ കുറേനേരം തുടർച്ചയായി നിരീക്ഷിച്ചാൽ അത് ചുഴിപോലെ ചുറ്റുന്നതായി മനസ്സിലാക്കാം.

ശനി (Saturn)

ഗ്രഹങ്ങളുടെ കൂട്ടത്തിലെ കൊടിയ പാപിയും ക്രൂരനുമായാണ് ജ്യോതിഷികൾ ശനിയെ കണക്കാക്കിപ്പോരുന്നത്. ടെലിസ്കോപ്പുകളുടെ കണ്ടുപിടുത്തത്തോടെയാണ് ഗ്രഹങ്ങളെ സംബന്ധിച്ചുള്ള ശാസ്ത്രീയമായ വിവരങ്ങൾ ലഭ്യമായത്. ഗലീലിയോയാണ് ശനിക്കു ചുറ്റുമുള്ള വലയങ്ങളെ ആദ്യമായി നിരീക്ഷിച്ചത്. പിന്നീടുവന്ന ക്രിസ്റ്റ്യൻ ഹൈജൻസ് എന്ന ശാസ്ത്രജ്ഞൻ അതിനെക്കുറിച്ച് കുറേക്കൂടി വ്യക്തവും വിശദവുമായി മനസ്സിലാക്കി. ദൂരദർശിനിയിലൂടെ നോക്കുമ്പോൾ മൂന്നുവലയങ്ങൾ മാത്രമേ ദൃശ്യമാകൂ. എന്നാൽ വോയജർ, പയനിയർ എന്നീ ബഹിരാകാശ നൗകകൾ അയച്ച ചിത്രങ്ങളിൽനിന്നാണ് ഓരോ വളയവും നിരവധി വളയങ്ങളുടെ സമുച്ചയമാണെന്ന തിരിച്ചറിവു ലഭിച്ചത്. ശനിയുടെ വലയങ്ങളെ തരംതിരിച്ചത് ജിയോവാനി കസീനി എന്ന ശാസ്ത്രജ്ഞനാണ്.

ഹിമകണങ്ങളും പാറക്കഷണങ്ങളും ശനിയെ വലംവയ്ക്കുന്നതാണ് അതിനു ചുറ്റുമുള്ള വലയങ്ങളായി നമുക്കു തോന്നുന്നത്. തവളമുട്ടയുടേതു മുതൽ തിമിംഗലങ്ങളുടേതുവരെ പല വലിപ്പത്തിലുള്ളവയാണിവ. ചെറിയ ഉപഗ്രഹങ്ങളും ക്ഷുദ്രഗ്രഹങ്ങളും ധൂമകേതുക്കളും ഉടഞ്ഞു തവിടുപൊടിയായതാകാം ഇതെന്നും കൂടിച്ചേർന്നു ഘനീഭവിച്ച് ഒരു ഗ്രഹമോ ഉപഗ്രഹമോ ആയിമാറാൻ കഴിയാതിരുന്ന വസ്തുക്കളാണിതെന്നും അഭിപ്രായങ്ങളുണ്ട്. വലയങ്ങളോരോന്നും ശനിയിൽനിന്നുള്ള ദൂരത്തിനനുസരിച്ച് ഓരോരോ വേഗതയിലാണ് ഭ്രമണം ചെയ്യുന്നത്. നാസയുടെ കസീനി എന്ന ബഹിരാകാശോപകരണം ഇതിനെക്കുറിച്ച് കൂടുതൽ വിവരങ്ങൾ നൽകും. എല്ലാ വാതക ഭീമന്മാർക്കും വലയങ്ങളുണ്ട്. ഇതിൽ വ്യാഴത്തിന്റേത് തീരെ വ്യക്തമല്ല. ശനിയുടേതാണ് ഏറ്റവും പ്രകടമായിട്ടുള്ളത്. ശനിയിൽനിന്നും മൂന്നുലക്ഷം കിലോമീറ്റർ അകലെവരെ ഈ വലയ പദാർഥങ്ങൾ വ്യാപിച്ചു കിടപ്പുണ്ട്. വലയങ്ങളെ എ ബി സി എന്നിങ്ങനെ തരംതിരിച്ചിട്ടുണ്ട്. പല വലയങ്ങളുടെയും ഭ്രമണപഥത്തിന് വൈകല്യങ്ങളുണ്ട്. ഇത് ചില ഉപഗ്രഹങ്ങളുടെ വലിവു മൂലമാണെന്ന് വിലയിരുത്തപ്പെടുന്നു. എ റിങ്ങിലേക്ക് 122000, ബി യിലേക്ക് 92000 സി യിലേക്ക് 72000 ഇ യിലേയ്ക്ക് 180000 എന്നീ കണക്കിൽ ശനിയിൽ നിന്നും കിലോമീറ്ററുകൾ അകലെയാണ് വലയങ്ങളുടെ നില. വാതക ഭീമന്മാരുടെ ചുറ്റുമുള്ള വലയങ്ങളിൽ ഓരോന്നിലും ഒരു വലിയ കഷ്ണം തലവനെപ്പോലെ സഞ്ചരിക്കുന്നുണ്ടെന്ന ഒരു പുതിയ നിരീക്ഷണം അടുത്ത കാലത്തുണ്ടായിട്ടുണ്ട്.

1781 ൽ യുറാനസ് കണ്ടുപിടിക്കപ്പെടുന്നതുവരെയുള്ള വിശ്വാസമനുസരിച്ച് ശനിയായിരുന്നു സൂര്യനിൽനിന്ന് ഏറ്റവും അകലെയുള്ള ഗ്രഹം. അതിവേഗതയിൽ തിരിയുന്ന അതിന്റെ ഒരു ദിവസത്തിന്റെ ദൈർ

വില്യം ഹെർഷൽ

ഘ്യം 10മണിക്കൂർ 40മിനിറ്റാണ്. ധ്രുവ പ്രദേശങ്ങൾ ചരിഞ്ഞതാണ്. ഒരു വർഷത്തിന്റെ ദൈർഘ്യം (സൂര്യനെ ഒരു വട്ടം വലംവയ്ക്കാൻ വേണ്ട സമയം) 30 വർഷമാണ്. അന്തരീക്ഷം ഹൈഡ്രജൻ, ഹീലിയം, മീഥെയിൻ എന്നീ വാതകങ്ങൾ നിറഞ്ഞതാണ്. ഗ്രഹത്തിന്റെ മൊത്തം സാന്ദ്രത ജലത്തിന്റേതിനേക്കാൾ കുറവാണ് (വെള്ളത്തിലിട്ടാൽ പൊന്തിക്കിടക്കും). 1500 കിലോമീറ്റർ വരെ വേഗതയിലുള്ള കൊടുങ്കാറ്റ് മധ്യരേഖാ പ്രദേശങ്ങളിൽ വീശിയടിച്ചുകൊണ്ടിരിക്കുന്നു. കാറ്റിന്റെ ദിശ കിഴക്കോട്ടാണ്-സൂര്യനുദിക്കുന്ന ദിക്കിലേക്ക്.

ഇരുപതോളം ഉപഗ്രഹങ്ങൾ ശനിയെ വലംവയ്ക്കുന്നുണ്ട്. ടൈറ്റൻ ആണ് ഏറ്റവും വലുത്. അതിന്റെ പ്രധാന ഘടകം നൈട്രജൻ ആണ്. പ്രൊമെത്യൂസ്, പൻഡോറ, അറ്റ്ലസ് തുടങ്ങി ഗ്രീക്ക് ഇതിഹാസ കഥാപാത്രങ്ങളുടെ പേരുകൾ തന്നെയാണ് ഉപഗ്രഹങ്ങൾക്കു നൽകിയിട്ടുള്ളത്. ഭൂമിയുടേതുപോലുള്ള കാന്തികബലം അതിനേക്കാൾ ശക്തിയായി ശനിയിലുണ്ട്. വ്യാഴത്തിലേതുപോലെ അകത്ത് ആണവ പ്രവർത്തനം നടക്കുന്നതുകൊണ്ട് അതിൽനിന്ന് കണങ്ങളുടെ പ്രവാഹവുമുണ്ട്. സൂര്യപ്രകാശം തട്ടി പ്രതിഫലിക്കുന്നതിനു പുറമേ ഈ കണങ്ങളും പ്രകാശകിരണങ്ങൾ പുറപ്പെടുവിക്കുന്നുണ്ട്.

യുറാനസിനെ അറിയുക

ബുധൻ മുതൽ ശനി വരെയുള്ള അഞ്ചു ഗ്രഹങ്ങളെക്കുറിച്ചു മാത്രമേ പ്രാചീനർക്കറിവുണ്ടായിരുന്നുള്ളു. ഭൂമി ഒരു ഗ്രഹമാണെന്നവർ മനസ്സിലാക്കിയിരുന്നില്ല. ഒരു നക്ഷത്രമായ സൂര്യനെയും ഉപഗ്രഹമായ ചന്ദ്രനെയും ഗ്രഹങ്ങളായാണ് അവർ കരുതിപ്പോന്നത്. ഭാരതം, ചൈന എന്നീ സംസ്കാരങ്ങൾ രാഹു, കേതു എന്നീ രണ്ടു സങ്കൽപ്പഗ്രഹങ്ങളെക്കൂടി കണക്കിലെടുത്തു. ഗ്രഹണങ്ങളെ വിശദീകരിക്കാൻ വേണ്ടിയായിരുന്നു ഇത്. ഉപകരണങ്ങളുടെ സഹായമില്ലാതെ പ്രപഞ്ച പ്രതിഭാസങ്ങളെ നിരീക്ഷിക്കാനും വിശദീകരിക്കാനും നമ്മുടെ പൂർവികർ നടത്തിയ പരിശ്രമങ്ങൾ ശ്ലാഘനീയമാണ്. എന്നാൽ പിന്നീടു വന്നവരുടെ കൈയിൽ ഈ നേട്ടങ്ങളെല്ലാം വിശ്വാസങ്ങളായി അധഃപതിച്ചു.

ടെലിസ്കോപ്പുകളുടെ കണ്ടുപിടുത്തത്തോടെയാണ് കൂടുതൽ ഗ്രഹങ്ങളെ കണ്ടെത്താനുള്ള സാദ്ധ്യത തെളിഞ്ഞത്. ഉപകരണങ്ങൾ

മനുഷ്യന്റെ കാഴ്ചയുടെയും കേൾവിയുടെയും സീമകളെ വികസ്വരമാക്കി. ആകാശ നിരീക്ഷണത്തിന് ടെലിസ്കോപ്പുകളുപയോഗിക്കുക വഴി ഗലീലിയോ ജ്യോതിശ്ശാസ്ത്രരംഗത്ത് വൻവിപ്ലവത്തിന്റെ വിത്തുകളാണ് വിതച്ചത്. വ്യാഴത്തിന്റെ നാലുപഗ്രഹങ്ങളും ശനിയുടെ വളയങ്ങളും അദ്ദേഹം കണ്ടെത്തി.എന്നാൽ പുതിയ ഗ്രഹങ്ങൾ കണ്ടെത്തിയത് പിന്നീടു വന്നവരാണ്.

പള്ളിപ്പാട്ടുകൾ ചിട്ടപ്പെടുത്തിയും ധ്യാനഗാനങ്ങൾക്കു പശ്ചാത്തലത്തിൽ ചവിട്ടു ഹാർമോണിയം വായിച്ചും പടിഞ്ഞാറൻ ഇംഗ്ലണ്ടിൽ ജീവിച്ചിരുന്ന ഒരു യുവാവാണ് വില്യം ഹെർഷൽ. ടെലിസ്കോപ്പുകളുണ്ടാക്കുകയും പരിഷ്കരിക്കുകയും വാനനിരീക്ഷണം ചെയ്യുകയും അദ്ദേഹത്തിന്റെ ഒഴിവുസമയ വിനോദം മാത്രമായിരുന്നു. ക്ഷീരപഥത്തിലെ ഇരട്ടനക്ഷത്രങ്ങളുടെ മാപ്പുണ്ടാക്കുകയായിരുന്നു ഒരു പ്രധാന ലക്ഷ്യം. 1781 മാർച്ച് 12 ചൊവ്വാഴ്ചയാണ് മിഥുനം രാശിയിൽ ഒരു 'കലങ്ങിയ' നക്ഷത്രത്തെ അദ്ദേഹം തന്റെ ആറിഞ്ചു ടെലിസ്കോപ്പിലൂടെ ദർശിച്ചത്. അതൊരു ധൂമകേതുവോ നെബുലയോ ആയേക്കാമെന്നു അദ്ദേഹം സംശയിച്ചു. എന്നാൽ നാലാം ദിവസം സ്ഥാനം മാറിക്കണ്ടപ്പോൾ വാൽ വ്യക്തമാകാത്ത ധൂമകേതുവായിരിക്കും എന്ന വിശ്വാസത്തിൽ അദ്ദേഹമതു പ്രഖ്യാപിച്ചു. തുടർന്ന് നിരവധി ശാസ്ത്രജ്ഞന്മാർ അതിനെ ശ്രദ്ധാപൂർവ്വം നിരീക്ഷിച്ചു. ധൂമകേതുവിന്റെ പാതയല്ല ഒരു ഗ്രഹത്തിന്റേതാണത് എന്നവർ തിരിച്ചറിഞ്ഞു. ഹെർഷൽ കണ്ടെത്തിയത് ഒരു പുതിയ ഗ്രഹമാണെന്ന വാർത്ത ചിന്താലോകത്തിൽ ഒരു 'ഭൂമികുലുക്ക'മുണ്ടാക്കി. ഭൂമി ഉരുണ്ടതാണെന്നും അതു സൂര്യനെ വലംവയ്ക്കുകയാണെന്നും കോപ്പർനിക്കസ് പറഞ്ഞപ്പോഴുണ്ടായതിനു ശേഷം യാഥാസ്ഥിതിക വിശ്വാസങ്ങൾക്കേറ്റ ഏറ്റവും കനത്ത ആഘാതമായിരുന്നു അത്.

ഗ്രീക്ക്-റോമൻ ഇതിഹാസ നായകരുടെ പേരുകൾ ഗ്രഹങ്ങൾക്കു നൽകുക എന്ന പാശ്ചാത്യ പാരമ്പര്യമനുസരിക്കാനുള്ള തീരുമാനത്തോടെ പുതിയ ഗ്രഹത്തിന് 'യുറാനസ്' എന്ന പേരു നൽകി. ജൂപ്പിറ്ററിന്റെ അച്ഛൻ സാറ്റേണിന്റെയും അച്ഛൻ യുറാനസ്. ഹെർഷലിന് അനേകം ബഹുമതികൾ ലഭിച്ചു. ജോർജ് മൂന്നാമൻ രാജാവ് അദ്ദേഹത്തിന് വിന്റ്സർ പാലസിനു സമീപം ഒരു വാനനിരീക്ഷണാലയം സ്ഥാപിച്ചു നൽകുകയും ആജീവനാന്ത പെൻഷൻ അനുവദിക്കുകയും ചെയ്തു. ഹെർഷലാകട്ടെ മുഴുവൻസമയ വാനനിരീക്ഷകനാകുകയും സംഗീതത്തെ ഒഴിവുസമയ വിനോദമാക്കുകയും ചെയ്തു. യുറാനസിന്റെ രണ്ടു പഗ്രഹങ്ങളും അദ്ദേഹം കണ്ടുപിടിച്ചു. ടൈറ്റാനിയ, ഒബേറോൺ എന്നിവ.

വ്യാഴം, ശനി, യുറാനസ്, നെപ്ട്യൂൺ എന്നീ ഗ്രഹങ്ങൾ ഭീമാകാരങ്ങളാണ്. വളരെ ദൂരെ സ്ഥിതിചെയ്യുന്നതുകൊണ്ടാണ് ഇതു ചെറുതായി കാണുകയോ ഒട്ടും കാണാതിരിക്കുകയോ ചെയ്യുന്നത്. ഈ ഉഗ്രഹങ്ങളുടെ ഒരു പ്രധാന ഘടകം വാതകങ്ങളാകയാൽ വാതക ഭീ

മന്മാർ (gas giants) എന്നാണ് ഇവ പൊതുവേ അറിയപ്പെടുന്നത്. വ്യാഴം പന്ത്രണ്ടു വർഷം കൊണ്ടാണ് സൂര്യനെ വലംവയ്ക്കുന്നത്; ഒരു രാശിയിൽ ഒരു വർഷം. ശനിക്ക് സൂര്യനെ വലംവയ്ക്കാൻ ഇരുപത്തിഒൻപതര വർഷം വേണം; ഒരു രാശിയിൽ $2^1/2$ വർഷം. (കണ്ടകശനി കയറിയാൽ ഇറങ്ങാൻ താമസിക്കുമെന്ന് ജ്യോത്സ്യർ പറയാൻ കാരണമിതാണ്). യുറാനസ് സൂര്യനെ വലംവയ്ക്കാൻ 84 വർഷവും നെപ്ട്യൂൺ 185 വർഷവുമെടുക്കും.

98 ഡിഗ്രി ചരിഞ്ഞാണ് നെപ്ട്യൂൺ തിരിയുന്നത്. അതുകൊണ്ട് ഒരു ഭാഗത്ത് 42 വർഷം പകലും 42 വർഷം രാത്രിയുമായിരിക്കും. ധ്രുവപ്രദേശങ്ങളിൽ 21വർഷം വീതമുള്ള രണ്ടു വേനലും രണ്ടു മഞ്ഞുകാലവുമുണ്ടാകും. ഇതിന് പതിനഞ്ചു ഉപഗ്രഹങ്ങൾ ഇതുവരെയായി കണ്ടെത്തിയിട്ടുണ്ട്. അതിൽ അഞ്ചെണ്ണം മുൻപുതന്നെ ടെലിസ്കോപ്പിലൂടെ കണ്ടെത്തിയതാണ്. വോയജർ-2 ആണ് 1986 ൽ മറ്റു ഉപഗ്രഹങ്ങളെ കണ്ടെത്തിയത്.

പാറയും ഐസുമടങ്ങിയ ഒരു കാതലും അതിനുപുറമേ ചൂടുള്ള ജലമുള്ള കടലുമാണ് യുറാനസിന്റെ പ്രധാന ഭാഗം. ഇതിനു പുറമേ പതിനായിരം കിലോമീറ്റർ ഉയരത്തിൽ വാതകങ്ങളുടെ അന്തരീക്ഷമുണ്ട്. ഹൈഡ്രജൻ, ഹീലിയം, മീഥേൻ (84:14:2) എന്നീ വാതകങ്ങളുടെ മിശ്രമാണത്. മീഥേൻ സൂര്യരശ്മിയിലെ ചുവന്ന കിരണങ്ങളെ ആഗിരണം ചെയ്യുന്നതുകൊണ്ട് പച്ചകലർന്ന നീലനിറത്തിലാണ് യുറാനസ് കാണപ്പെടുക.

1977ലാണ് യുറാനസിന്റെ വലയങ്ങൾ ശ്രദ്ധയിൽപ്പെട്ടത്. അന്ന് ഒരു നക്ഷത്ര സംതരണം (ഗ്രഹം നക്ഷത്രത്തെ മറയ്ക്കുന്ന ഗ്രഹണം) നടക്കുന്നത് നിരീക്ഷിക്കുമ്പോൾ നക്ഷത്രത്തെ യുറാനസ് പരിപൂർണ്ണമായി മറയ്ക്കുന്നതിനു മുൻപ് അഞ്ചു പ്രാവശ്യം അതിന്റെ (നക്ഷത്രത്തിന്റെ) പ്രകാശം ചഞ്ചലമായി. ഇതാണ് യുറാനസിനുചുറ്റുമുള്ള അഞ്ചു വലയങ്ങളുടെ കണ്ടെത്തലിലേക്കു നയിച്ചത്. വോയജർ-2 യുറാനസിന്റെ മറ്റു ചില വലയങ്ങൾ കൂടി കണ്ടുപിടിച്ചു.

ശനിയുടെയും യുറാനസിന്റെയും നീല വലയങ്ങൾ

വർണ്ണരാജിയിലെ ചുവപ്പു ഭാഗത്താണ് ശനിയുടെയും യുറാനസിന്റെയും വലയങ്ങൾ കാണപ്പെടുക. വാനനിരീക്ഷകർക്ക് ചിരപരിചിതമായ ഒന്നാണിത്. എന്നാൽ ശനിയുടെയും യുറാനസിന്റെയും ഏറ്റവും പുറമേയുള്ള ഒരു നീല വലയവും ഈയിടെ കണ്ടെത്തി. ഹവായ്യിൽ സ്ഥാപിച്ചിട്ടുള്ള കെക് ടെലിസ്കോപ്പാണ് യുറാനസിന്റെ വലയങ്ങളെക്കുറിച്ചുള്ള വിവരങ്ങൾ നൽകിയത്. കസീനി ഹൈജൻസ് എന്ന പഠന ഉപഗ്രഹമാണ് ശനിയുടെ വലയങ്ങളെക്കുറിച്ച് മനസ്സിലാക്കിയത്. വർണ്ണരാജിയുടെ നീലഭാഗത്ത് ഒരു വലയം പ്രതീക്ഷിക്കാതിരുന്നതുകൊണ്ടാണ് അതു കണ്ടെത്താൻ വൈകിയത്.

അതിസൂക്ഷ്മങ്ങളായ ധൂളികളാണ് ഈ വലയങ്ങൾക്ക് നീലനിറം നൽകുന്നത് എന്നാണ് വിദഗ്ധാഭിപ്രായം - പൊടിപടലങ്ങളുള്ളതിനാലാണ് ആകാശത്തിനു നീലനിറം എന്നതുപോലെ. ഈ വലയങ്ങളിൽ ഓരോ ഉപഗ്രഹങ്ങളുമടങ്ങിയിട്ടുണ്ട്. ശനിയുടെ വലയത്തിൽ 'എൻസലാഡസ്' യൂറാനസിന്റേതിൽ 'മാബ്' എന്നീ ഉപഗ്രഹങ്ങൾ. മഞ്ഞിൽ പുതഞ്ഞുകിടക്കുന്ന ഈ ഉപഗ്രഹങ്ങളിൽനിന്ന് ഉതിർന്നുപാറുന്ന മഞ്ഞുതരികളാണ് ഈ വലയത്തിനു കാരണമെന്നും അഭിപ്രായമുണ്ട്. ഉപഗ്രഹത്തിന്റെ പ്രതലത്തിൽ ഉൽക്കകൾ പതിക്കുമ്പോൾ പൊടിപടലങ്ങൾ ഉയർന്നു പാറുന്നതാണെന്നുള്ള മൂന്നാമതൊരഭിപ്രായവും നിലവിലുണ്ട്. ഗ്രഹങ്ങളുടെ വലയങ്ങളെക്കുറിച്ച് കൂടുതൽ വ്യക്തമായ നിരീക്ഷണങ്ങൾ നടത്താനായി ഹബിൾ സ്പേസ് ടെലസ്കോപ്പ് (HST) പരിഷ്കരിക്കുന്നതിനുള്ള സാധ്യതയും ആരായുന്നുണ്ട്.

2007-ാമാണ്ടിൽ യൂറാനസിന്റെ വലയങ്ങൾ ഭൂമിയെ അഭിമുഖീകരിക്കത്തക്കവിധം വരികയാൽ കൂടുതൽ വ്യക്തതയോടെ കാണാൻ അവസരമുണ്ടാകുകയുമുണ്ടായി.

ഛിന്നഗ്രഹങ്ങൾ

സൂര്യനു പിറക്കാതെ പോയ ഗ്രഹം

ജാപ്പനീസ് പേടകം 2005 നവംബർ 27 ശനിയാഴ്ച ഒരു ഛിന്നഗ്രഹ (Asteroids) ത്തിലിറങ്ങി. അതിന്റെ ഉപരിതല ഭാഗങ്ങൾ ശേഖരിച്ചു. ജപ്പാൻ ബഹിരാകാശ പര്യവേക്ഷണ ഏജൻസി (ജാക്സ)യുടെ ആളില്ലാപേടകം 'ഹയാബുസ' പ്രതീക്ഷിക്കപ്പെടുന്നതുപോലെ 2007 ജൂണിൽ ഭൂമിയിൽ തിരിച്ചെത്തിയാൽ ഛിന്നഗ്രഹരൂപീകരണത്തെക്കുറിച്ച് ഇന്ന് അജ്ഞാതമായ പലതും അറിയാനായേക്കും.

സൂര്യനെ വലംവയ്ക്കുന്ന എട്ടു ഗ്രഹങ്ങളുണ്ടെന്ന് ഇന്ന് എല്ലാവർക്കുമറിയാം. ബുധൻ മുതൽ നെപ്ട്യൂൺ വരെയുള്ള ഈ ഗ്രഹങ്ങൾ സൂര്യനെ വലംവയ്ക്കുകയാണെന്നുമറിയാം. ദൂരദർശിനിയുടെ കണ്ടുപിടുത്തത്തിനു ശേഷമാണ് യൂറാനസ്, നെപ്ട്യൂൺ, പ്ലൂട്ടോ എന്നീ ഗ്രഹങ്ങൾ കണ്ടുപിടിക്കപ്പെട്ടത്. അതിനുമുമ്പ് ആറുഗ്രഹങ്ങളേക്കുറിച്ചേ അറിവുണ്ടായിരുന്നുള്ളു (ചന്ദ്രൻ, രാഹു, കേതു എന്നിവ ഗ്രഹങ്ങളല്ല. സൂര്യൻ നക്ഷത്രവും ഭൂമി ഗ്രഹവുമാണ്.) ഭൂമിയേക്കാൾ വളരെയേറെ വലിപ്പമേറിയ ഗ്രഹങ്ങളാണ് യൂറാനസും നെപ്ട്യൂണും. അകലക്കൂടുതൽ കൊണ്ടാണ് അവ നഗ്നനേത്രങ്ങൾക്കു ദൃശ്യമല്ലാത്തത്. സൂര്യനിൽനിന്ന് ഓരോ ഗ്രഹത്തിലേക്കുമുള്ള അകലം ഒരു പ്രത്യേക ഗണിതനിയമം അനുസരിക്കുന്നുണ്ടെന്ന് ജോൺ ബോഡേ, ഡാനിയൽ ടിഷ്യസ് എന്നീ ശാസ്ത്രജ്ഞന്മാർ 1722 ൽ പ്രഖ്യാപിച്ചു. ഈ നിയമമനുസരിച്ച് ചൊവ്വയുടെയും വ്യാഴത്തിന്റെയും ഇടയിൽ ഒരു ഗ്രഹം കാണേണ്ട

താണ്. പക്ഷേ ഈ നിയമം പൊട്ടക്കണ്ണന്റെ മാവേറുപോലുള്ള ഒരു യാദൃച്ഛികതയാണെന്ന് മറ്റു ശാസ്ത്രജ്ഞന്മാർ തള്ളിക്കളഞ്ഞു. (1596 ൽത്തന്നെ ജോഹന്നസ് കെപ്ലർ ചൊവ്വയും വ്യാഴവും തമ്മിലുള്ള അകലം ആനുപാതികമല്ല എന്നു നിരീക്ഷിച്ചിരുന്നു). എന്നാൽ 1781 ലെ യുറാനസിന്റെ കണ്ടുപിടുത്തം ടിഷ്യസ്-ബോഡേ നിയമത്തെ ശരിവയ്ക്കുന്നതായിരുന്നു. പെട്ടെന്നുതന്നെ പ്രശ്നം സജീവമായി. ഒരു ഗ്രഹം കണ്ടേക്കാമെന്ന ധാരണയിൽ, വാനനിരീക്ഷകരുടെ ശ്രദ്ധ ചൊവ്വയുടെയും വ്യാഴത്തിന്റെയും ഇടയിലുള്ള പ്രദേശങ്ങളിലേക്കു തിരിഞ്ഞു.

1800 സെപ്തംബറിൽ ജർമ്മനിയിലെ ലിലിയൻഥാൾ എന്ന സ്ഥലത്ത് ജോൺ ഷ്രോർട്ടർ എന്ന ജ്യോതിശാസ്ത്രജ്ഞന്റെ നിരീക്ഷണകേന്ദ്രത്തിൽ ആറു ജ്യോതിശാസ്ത്രജ്ഞന്മാർ ഒരു കൂടിയാലോചന നടത്തി. ബഹിരാകാശത്ത് അലയുന്ന പിടികിട്ടാഗ്രഹങ്ങളെ തേടുകയായിരുന്നു ലക്ഷ്യം. 'ആകാശപ്പൊലീസ്' എന്ന് അവർ സ്വയം വിശേഷിപ്പിച്ചു. യോഗതീരുമാനമറിയുന്നതിനും മുമ്പ്, ആകാശപ്പൊലീസിലെ അംഗമാകുന്നതിനും മുമ്പുതന്നെ 1801 പുതുവർഷദിനത്തിൽ പിയാസി എന്ന വാനനിരീക്ഷകൻ ഒരു വസ്തുവിനെ ഇടവം രാശിയിൽ കണ്ടെത്തി. മങ്ങിയ നക്ഷത്രം പോലുള്ള ഒന്ന്. ഒരു ഗ്രഹത്തിന്റെ പഥം കൈക്കൊണ്ട അതിനെ ഫെബ്രുവരിയിൽ വീണ്ടും കണ്ടു. അതിന് 'സെറെസ്' എന്ന് അദ്ദേഹം നാമകരണം ചെയ്തു. പനിപിടിച്ച് കിടപ്പിലായതിനാൽ പിയാസിക്ക് നിരീക്ഷണം തുടരാൻ കഴിഞ്ഞില്ല. എന്നാൽ രണ്ടു പ്രാവശ്യം അതിനെ കണ്ട ദിശ വച്ച് കാറൽ ഗൗസ് എന്ന ജർമ്മൻ ശാസ്ത്രജ്ഞൻ അതിന്റെ ഗതിയും സ്ഥാനവും കണക്കുകൂട്ടി പ്രഖ്യാപിച്ചു. അതനുസരിച്ചുള്ള നിരീക്ഷണത്തിൽ 1801 ഡിസംബറിൽ അനേകം പേർ അതിനെ കന്നിരാശിയിൽ കണ്ടു. ഇതിനകം തന്നെ ഹെൻറിക് ഒൽബേഴ്സ് എന്ന നിരീക്ഷകൻ അതേ ഭ്രമണപഥത്തിൽ മറ്റൊരു വസ്തുവിനെ കണ്ടു. അതിനെ 'പല്ലാസ്' എന്നു നാമകരണം ചെയ്തു. തുടർന്ന് 'ആകാശപ്പൊലീസുകാർ' അതേ പഥത്തിൽ ചെറുതും വലുതുമായ അനേകായിരം വസ്തുക്കളെ കണ്ടെത്തി. ഈ വസ്തുക്കളെല്ലാം തന്നെ അത്ഭുതകരമാം വിധം ടിഷ്യസ്-ബോഡേ നിയമം അനുസരിക്കുന്നുണ്ടായിരുന്നു. ഉരുളക്കിഴങ്ങുപോലെ തോന്നിക്കുന്ന വടിവില്ലാത്ത ഉരുണ്ട വസ്തുക്കളാണിതെല്ലാം. ഇതിൽ ഏറ്റവും വലിയതിന്റെ (സെറെസ്) വ്യാസം 913 കിലോമീറ്ററാണ്; ഏറ്റവും ചെറുതിന്റേത് 9 മീറ്ററും. നൂറു കിലോമീറ്ററിലേറെ വ്യാസമുള്ളവ വിരലിലെണ്ണാവുന്നതേയുള്ളൂ. വലിയതിനെല്ലാം പേരുകൾ നൽകിയിട്ടുണ്ട്. അസ്റ്ററോയ്ഡുകൾ എന്നോ മൈനർ പ്ലാനറ്റുകൾ എന്നോ അറിയപ്പെടുന്ന ഇവയെ ക്ഷുദ്രഗ്രഹങ്ങൾ, അധമഗ്രഹങ്ങൾ, വിലക്ഷണ ഗ്രഹങ്ങൾ എന്നെല്ലാം വിളിക്കാവുന്നതാണ്. അസ്റ്ററോയ്ഡുകൾ വലയം ചെയ്യുന്ന പ്രസ്തുത മേഖല 'അസ്റ്ററോയ്ഡ് ബെൽറ്റ്' എന്നാണറിയപ്പെടുന്നത്. ഒരു പ്രാവശ്യം സൂര്യനെ പ്രദക്ഷിണം ചെയ്യാൻ ഇവ ശരാശരി അഞ്ചുവർഷമെടുക്കും.

ഒരു ഗ്രഹം ചിന്നിച്ചിതറിയതാണിത് എന്നാണ് ഒൽബേഴ്സ് സിദ്ധാന്തിച്ചത്. ഛിന്നഗ്രഹമെന്നു പേരുവരാനിതു കാരണമായി. എന്നാൽ കൂടിച്ചേർന്ന് ഒന്നാകാൻ വേണ്ട ഗുരുത്വാകർഷണം സ്വരൂപിക്കാൻ കഴിയാതെ അലഞ്ഞുതിരിയാൻ വിധിക്കപ്പെട്ട വസ്തുക്കളാണിതെന്നാണ് ഭൂരിപക്ഷം ശാസ്ത്രജ്ഞന്മാരും വിശ്വസിക്കുന്നത്. വ്യാഴത്തിന്റെ ഗുരുത്വം അലസിപ്പിച്ചു കളഞ്ഞ ഒരു ജന്മം. വ്യാഴത്തിന്റെ ആകർഷണശക്തിയാൽ വലിക്കപ്പെടുന്ന ചിലത് ഒരു ഉപഗ്രഹമെന്നപോലെ വ്യാഴത്തെയും വലംവെയ്ക്കുന്നുണ്ട്. സൗരയൂഥത്തിലെ ഗ്രഹങ്ങളെ വലംവയ്ക്കുന്ന ചെറിയ ഉപഗ്രങ്ങളിൽ പലതും ഇത്തരത്തിൽ ആകർഷണവലയത്തിൽപ്പെട്ടുപോകുന്ന ഛിന്നഗ്രഹങ്ങളാണ്. ഭൂമിയുടെ ഭ്രമണാതിർത്തിക്കകത്തുകൂടെയും പലപ്പോഴും ഇത്തരം വസ്തുക്കൾ കടന്നുപോകുന്നതു കാണാറുണ്ട്.

അകലം കൂടുതലുള്ളതിനാൽ ഇത്തരം വസ്തുക്കളുടെ ഉപരിതലത്തെക്കുറിച്ചുള്ള പഠനം ദൂരദർശിനിയിലൂടെ അസാധ്യമാണ്. വ്യാഴത്തെക്കുറിച്ചു പഠിക്കാൻ വിക്ഷേപിച്ച 'ഗലീലിയോ' എന്ന വാഹനം ഗാസ്പ്ര, ഇഡ എന്നീ അസ്റ്ററോയ്ഡുകളെക്കുറിച്ച് വിവരങ്ങളയയ്ക്കുകയുണ്ടായി.

നെപ്ട്യൂൺ

പ്ലൂട്ടോക്ക് ഗ്രഹപദവി നഷ്ടമായ അവസ്ഥയിൽ നെപ്ട്യൂണാണ് സൗരയൂഥത്തിലെ അവസാനഗ്രഹം; എട്ടാമത്തേത്. ഇതു കണ്ടുപിടിച്ചതിനു പിന്നിൽ ഒരു ചരിത്രമുണ്ട്. ഏതു ഗ്രഹമായാലും അതു സഞ്ചരിക്കുന്നത് ചില നിയമങ്ങൾക്കു വിധേയമായിട്ടാണ്. ഈ നിയമങ്ങളേതെന്ന് കെപ്ലർ മനസ്സിലാക്കുകയും ന്യൂട്ടൻ അതിനെ കൂടുതൽ പുഷ്കലമാക്കുകയും സാമാന്യവൽക്കരിക്കുകയും ചെയ്തിട്ടുണ്ട്. യൂറാനസിന്റെ പഥം നിരീക്ഷിച്ചപ്പോൾ അത് നിയമങ്ങളിൽനിന്നു വ്യതിചലിക്കുന്നതായി അനുഭവപ്പെട്ടു. മറ്റേതോ ഒരു ഗ്രഹത്തിന്റെ ഗുരുത്വാകർഷണം കൊണ്ടുള്ള വലിവാകാം അതെന്ന് ജോൺ കോച്ച് ആദം, ലവരിയർ എന്നീ ശാസ്ത്രജ്ഞന്മാർ നിഗമനം ചെയ്തു. മാത്രമല്ല അങ്ങനെ ഒരു ഗ്രഹമുണ്ടെങ്കിൽ അതുണ്ടായേക്കാവുന്ന സ്ഥാനവും അവർ കണക്കുകൂട്ടി കണ്ടുപിടിച്ചു. അതനുസരിച്ചുള്ള നിരീക്ഷണത്തിൽ ബർലിൻ നിരീക്ഷണകേന്ദ്രത്തിലെ ജോൺ ഗാലേ, ഹെയിൻ റിച്ച് അറെസ്റ്റ് എന്നീ നിരീക്ഷകർ നെപ്ട്യൂണിനെ കണ്ടെത്തി. ഈ കണ്ടുപിടുത്തം, ന്യൂട്ടന്റെ ചലന/ഭ്രമണ നിയമങ്ങൾക്കുള്ള മറ്റൊരംഗീകാരംകൂടിയാകുകയും ചെയ്തു.

നിരീക്ഷണപേടകങ്ങളിൽനിന്നും, ശക്തിയേറിയ ദൂരദർശിനികളിൽനിന്നും മറ്റുമുള്ള വിവരങ്ങൾക്കനുസരിച്ച് യൂറാനസിനു സമാനമായ ഒന്നാണ് നെപ്ട്യൂൺ. ഭൂമിയുടെ വലിപ്പത്തിനോടടുത്ത ഒരു പാറയാണ് ഉൾക്കാമ്പിലുള്ളത്. ജലം, മീഥേൻ, അമോണിയ എന്നിവ ഉറഞ്ഞുകൂടിയ

ഒരു കവചവും അതിനു പുറമേ ഹൈഡ്രജനും ഹീലിയവുമടങ്ങിയ സാന്ദ്രമായ അന്തരീക്ഷവുമുണ്ട്. ഈ അന്തരീക്ഷത്തിന് ഇരുപതിനായിരം കിലോമീറ്റർ ആഴമുണ്ട്. ഇതുകൂടാതെ മീഥെയിൻ വാതകത്തിന്റെ അംശവും അന്തരീക്ഷത്തിലുണ്ട്. ഭൂമിയുടെ നാൽപ്പതിരട്ടി വലിപ്പമുള്ള നെപ്ട്യൂൺ സൂര്യനിൽ നിന്ന് ഭൂമിയിലേക്കുള്ളതിന്റെ മുപ്പതിരട്ടി ദൂരെ സ്ഥിതിചെയ്യുന്നു.

പ്രധാനപ്പെട്ട എട്ടുപഗ്രഹങ്ങളാണ് നെപ്ട്യൂണിനുള്ളത്. ട്രിടോൺ ആണ് ഏറ്റവും വലുത്; അടുത്തത് നെറീഡ്. ഭൂമിയിൽനിന്നും ചന്ദ്രനിലേക്കുള്ള ദൂരമാണ് ഏകദേശം നെപ്ട്യൂണിൽനിന്ന് ട്രിടോണിലേക്ക്. ഒരു പ്രാവശ്യം വലംവയ്ക്കുവാൻ ഇതിന് ആറു ദിവസം മതി. സൗരയൂഥത്തിലെ മറ്റു ഉപഗ്രഹങ്ങൾ മാതൃഗൃഹങ്ങളെ വലംവയ്ക്കുന്നതിനു വിപരീതദിശയിലാണ് ഇതിന്റെ പാത. സൗരയൂഥത്തിലെ ഏറ്റവും തണുത്ത വസ്തുക്കളിലൊന്നാണ് ട്രിടോൺ : ഊഷ്മാവ് - 230°C. നെറീഡിന്റെ പാത ദീർഘവൃത്തമാണ്. അടുത്തു വരുമ്പോൾ 1½ലക്ഷം കിലോമീറ്ററും ഏറ്റവുമകലുമ്പോൾ ഒരു കോടി കിലോമീറ്ററുമാണ് മാതൃഗ്രഹത്തിൽ നിന്ന് നെറീഡിലേക്കുള്ള ദൂരം. 360 ദിവസംകൊണ്ടാണ് ഇത് മാതൃഗ്രഹത്തെ ഒരുവട്ടം വലംവയ്ക്കുന്നത്. ഏതാണ്ട് ഭൂമി സൂര്യനെ വലംവയ്ക്കുന്നതിനു തുല്യമായ സമയം.

നെപ്ട്യൂണിനു സൂര്യനെ വലംവയ്ക്കുവാൻ 165 വർഷങ്ങൾ വേണം. സ്വന്തം അച്ചുതണ്ടിൽ കറങ്ങുവാൻ 18 മണിക്കൂർ. ശക്തിയേറിയ ദൂരദർശിനികൾ കൊണ്ടുപോലും അതിനെ മങ്ങിയേ കാണൂ. വോയജർ-2 നെപ്ട്യൂണിന്റെ വിവിധ ചിത്രങ്ങൾ ഭൂമിയിലേക്കയച്ചു. യൂറാനസിന്റേതുപോലെയുള്ള ഘടന തന്നെയാണ് നെപ്ട്യൂണിന്റെയും. നീലരാശിയുള്ളത് മീഥെയിന്റെ സാന്നിധ്യം മൂലമാണ്. വ്യാഴത്തിലെ ചുവന്ന മേഘം പോലെയുള്ള ഒന്ന് ഇരുണ്ട നിറത്തിൽ നെപ്ട്യൂണിലും കാണാം. ചുറ്റിത്തിരിയുന്ന കൊടുങ്കാറ്റിന്റെ ഫലമാണിതെന്നു കരുതപ്പെടുന്നു.

ഗ്രഹണങ്ങൾ
അപൂർവമായ ആകാശപ്രതിഭാസം

പ്രാപഞ്ചിക പ്രതിഭാസങ്ങളെ അത്ഭുതാദരങ്ങളോടെയാണ് മനുഷ്യൻ യുഗയുഗാന്തരങ്ങളായി നോക്കിക്കണ്ടു വരുന്നത്. 2005 ഒക്ടോബർ 3 നുണ്ടായ വലയ സൂര്യഗ്രഹണവും ഇത്തരത്തിൽ കൗതുകമുണർത്തിയ ഒന്നാണ്. ഗ്രഹണം കാണാനും അതിനെക്കുറിച്ച് വിശദീകരണങ്ങൾ നൽകാനും വിവിധ സന്നദ്ധസംഘടനകൾ വിപുലമായ ക്രമീകരണങ്ങൾ ചെയ്തിരുന്നു.

സൂര്യൻ ഒരു വൃത്തമാണെന്നു സങ്കൽപ്പിച്ചാൽ അതിന്റെ വ്യാസം (diameter) ചന്ദ്രന്റെ നാനൂറ് ഇരട്ടിയിലധികം വരും. എന്നാൽ ഭൂമിയിൽ നിന്നു ചന്ദ്രനിലേക്കുള്ളതിനെക്കാൾ 400 ഇരട്ടി ദൂരത്തിലാണ് സൂര്യൻ

സൂര്യഗ്രഹണം

സ്ഥിതിചെയ്യുന്നത്. അതുകൊണ്ടാണ് രണ്ടും ഒരേ വലിപ്പത്തിൽ കാണപ്പെടുന്നതും സൂര്യനെ മുഴുവനായിത്തന്നെ ഭൂമിയിൽനിന്നു നോക്കുമ്പോൾ മറയ്ക്കാൻ ചന്ദ്രനു കഴിയുന്നതും. ചന്ദ്രൻ സൂര്യന്റെയും ഭൂമിയുടെയും ഇടയിൽ ഒരു നേർരേഖയിൽ വരികയും സൂര്യന്റെ പ്രകാശം ഭൂമിയിൽ വീഴുന്നതിനു തടസ്സമുണ്ടാകുകയും ചെയ്യുമ്പോഴാണ് സൂര്യഗ്രഹണമുണ്ടാകുന്നത്. കറുത്തവാവുദിവസങ്ങളിലാണ് സൂര്യഗ്രഹണമുണ്ടാകുക.

സൂര്യനെ ഭൂമി വലംവയ്ക്കുന്ന തലവും ചന്ദ്രൻ ഭൂമിയെ വലംവയ്ക്കുന്ന തലവും തമ്മിൽ 5.15 ഡിഗ്രി വ്യത്യാസമുണ്ട്. ഈ പ്രദക്ഷിണ പഥങ്ങൾ മുറിച്ചുകടക്കുന്ന സന്ദർഭങ്ങളിലാണ് സൂര്യനും ഭൂമിയും ചന്ദ്രനും ഒരു നേർരേഖയിൽ വരുന്നത്. ഈ സമയത്താണ് സൂര്യഗ്രഹണമായാലും ചന്ദ്രഗ്രഹണമായാലും ഉണ്ടാകുന്നത്. സൂര്യഗ്രഹണസമയത്ത്, ചലിക്കുന്ന മേഘത്തിന്റെ നിഴൽ എന്നപോലെതന്നെ, ചന്ദ്രന്റെ നിഴൽ ഭൂമിയിലൂടെ സഞ്ചരിക്കും. നിഴലിന് അമ്പ്ര എന്ന ഇരുണ്ട നടുഭാഗവും പെനമ്പ്ര എന്ന ഇരുൾ കുറഞ്ഞ പുറംഭാഗവുമുണ്ട്. ഇരുണ്ടഭാഗം (അമ്പ്ര) ഭൂമിയിൽ വീഴുന്ന സ്ഥലങ്ങളിൽ പൂർണ്ണസൂര്യഗ്രഹണം ദർശിക്കാം. ഇരുൾ കുറഞ്ഞ പെനമ്പ്രയുള്ള ഭാഗങ്ങളിൽ ഭാഗിക സൂര്യഗ്രഹണം (partial eclipse) ഉണ്ടാകും. പൂർണ്ണസൂര്യഗ്രഹണവേളയിൽ ചന്ദ്രന്റെ ഉപരിതലത്തിലെ നിമ്നോന്നതങ്ങൾക്കിടയിലൂടെ സൂര്യപ്രകാശം കടന്നുവരുന്ന അപൂർവദൃശ്യവുമുണ്ടാകാറുണ്ട്. ഇതിനെ വൈരമോതിരപ്രഭാവം(diamond ring effect) എന്നു പറയുന്നു. ഇതുകൂടാതെ വലയസൂര്യഗ്രഹണം (annular eclipse) എന്ന മറ്റൊരു ഗ്രഹണ പ്രതിഭാസവും സംഭവിക്കാം (annular എന്നതിന് ലാറ്റിൻഭാഷയിൽ വളയം എന്നർത്ഥം).

ചന്ദ്രൻ സൂര്യന്റെയും ഭൂമിയുടെയും ഇടയിൽ നേർരേഖയിൽ വരുമെങ്കിലും അത് ഭൂമിയിൽനിന്ന് താരതമ്യേന അകലെ സ്ഥിതിചെയ്യുമ്പോൾ സൂര്യനെ പൂർണ്ണമായും മറയ്ക്കത്തക്ക വലിപ്പത്തിലായിരിക്കില്ല. ചന്ദ്രൻ ഭൂമിയെ ഭ്രമണം ചെയ്യുന്നത് വൃത്തപഥത്തിലല്ല, ദീർഘവൃത്താകൃതിയിലാണ് എന്നതാണ് അതിനു കാരണം. ഭൂമിയോട് ഏറ്റവും

അടുത്തു വരുന്ന അവസ്ഥയിലുള്ള സ്ഥാനത്തെ പെരിഗി (perigee) എന്നും അകലെ നിൽക്കുന്ന സ്ഥാനത്തെ അപ്പോഗി (apogee) എന്നും പറയും. ചന്ദ്രൻ അപ്പോഗിയിലുള്ള സമയത്ത് അതിന്റെ വലിപ്പം കുറവായി തോന്നും. അതുകൊണ്ടാണ് അതിന് സൂര്യനെ പൂർണ്ണമായി മറയ്ക്കാൻ കഴിയാതെ വരുന്നത്. ചന്ദ്രൻ പെരിഗിയിൽ വരുമ്പോൾ സൂര്യഗ്രഹണമുണ്ടായാൽ അത് പൂർണ്ണമായിരിക്കും. അപ്പോഗിയിലായിരിക്കുമ്പോൾ സൂര്യഗ്രഹണമുണ്ടാകുമ്പോൾ സൂര്യന്റെ അരികുകൾ മനോഹരമായ ഒരു പ്രഭാവലയമായി കാണപ്പെടും.

2005 ഒക്ടോബർ 3-ാം തീയതിയുണ്ടായത് വലയസൂര്യഗ്രഹണമാണ്. ഈ പ്രതിഭാസം സ്പെയിൻ, പോർട്ടുഗൽ, സുദാൻ തുടങ്ങി യൂറോപ്പിന്റെയും ആഫ്രിക്കയുടെയും ചില ഭാഗങ്ങളിൽ മാത്രമേ ദൃശ്യമായിരുന്നുള്ളൂ. ഇന്ത്യയടക്കം മറ്റു സ്ഥലങ്ങളിൽ ഭാഗികസൂര്യഗ്രഹണം മാത്രമാണ് ദൃശ്യമായത്.

സമാനമായ വിവിധതരം പ്രതിഭാസങ്ങളെക്കുറിച്ചറിയാൻ ഇത്തരം സന്ദർഭങ്ങൾ നിമിത്തമാകാറുണ്ട്. അറിവിന്റെ പ്രകാശം പരക്കാനും അന്ധവിശ്വാസങ്ങൾ അകലാനും ഇതു കാരണമാകും.

അടുത്തുള്ള ആകാശവസ്തുക്കൾ അകലെയുള്ളതിനെ മറയ്ക്കുന്ന പ്രതിഭാസങ്ങളെ പൊതുവേ ഗോപനം (occultation) എന്നാണ് നാമകരണം ചെയ്തിട്ടുള്ളത്. ചന്ദ്രന്റെ സഞ്ചാരത്തിനിടയിൽ അത് സൂര്യനെ കൂടാതെ നക്ഷത്രങ്ങളെയും ചിലപ്പോൾ ഗ്രഹങ്ങളെയും ഗോപനം ചെയ്യാറുണ്ട്. മറ്റു ഗ്രഹങ്ങൾ കൊണ്ട് നക്ഷത്രങ്ങൾ ഗോപനം ചെയ്യപ്പെടുക എന്ന സംഗതിയും അപൂർവമായി സംഭവിക്കും. ഇത്തരം പ്രതിഭാസങ്ങൾക്ക് മതിയായ വാർത്താപ്രാധാന്യം കിട്ടാതെ പോവുകയും ചർച്ചകൾ വാനനിരീക്ഷകർക്കിടയിൽ ഒതുങ്ങുകയുമാണ് പതിവ്.

സൂര്യന്റെയും ഭൂമിയുടെയും ഇടയിൽ ഭ്രമണപഥമുള്ള ബുധനും ശുക്രനും ഇതുപോലെതന്നെ നേർരേഖയിൽ വരുന്ന സന്ദർഭങ്ങളുണ്ട്. ചന്ദ്രനെക്കാൾ വളരെ വലിപ്പക്കൂടുതലുണ്ടെങ്കിലും വളരെ അകലെ സ്ഥിതിചെയ്യുന്നതു മൂലം അതിനു രണ്ടിനും സൂര്യനെ മറയ്ക്കാനോ നിഴലുണ്ടാക്കാനോ കഴിയില്ല. ശരിയായ അർത്ഥത്തിൽ ഗ്രഹണമുണ്ടാക്കാൻ കഴിയുകയില്ലെങ്കിലും അതൊരു കറുത്ത പൊട്ടുപോലെ സൂര്യബിംബത്തെ കടന്നുപോകും. ഇതാണ് ബുധസംതരണമെന്നോ ശുക്രസംതരണമെന്നോ അറിയപ്പെടുന്നത്.

ഭൂമി സൂര്യന്റെയും ചന്ദ്രന്റെയുമിടയിൽ നേർരേഖയിൽ വരികയും ഭൂമിയുടെ നിഴൽ ചന്ദ്രനിൽ വീഴുകയും ചെയ്യുമ്പോഴാണ് ചന്ദ്രഗ്രഹണമുണ്ടാകുന്നത്. ഇത് വെളുത്തവാവു ദിവസങ്ങളിലേ സംഭവിക്കൂ. പൂർണ്ണഗ്രഹണമുണ്ടാകുമ്പോൾ പോലും ചന്ദ്രൻ അദൃശ്യമാകുകയില്ല. ഭൂമിയുടെ അന്തരീക്ഷത്തിലൂടെ അപഭ്രംശം മൂലം വന്നുവീഴുന്നതും പൊടിപടലങ്ങളിൽ പ്രതിഫലിക്കുന്നതുമായ വെളിച്ചങ്ങൾ ഉള്ളതുകൊണ്ടാണ് ആ സമയത്ത് ഇരുണ്ട ഓറഞ്ചുനിറത്തിൽ ചന്ദ്രനെ കാണാൻ കഴിയുന്നത്. ഭൂമിയുടെ നിഴൽ ചന്ദ്രനിൽ ഭാഗികമായി വീഴുമ്പോൾ ഭാഗികമായ ചന്ദ്ര

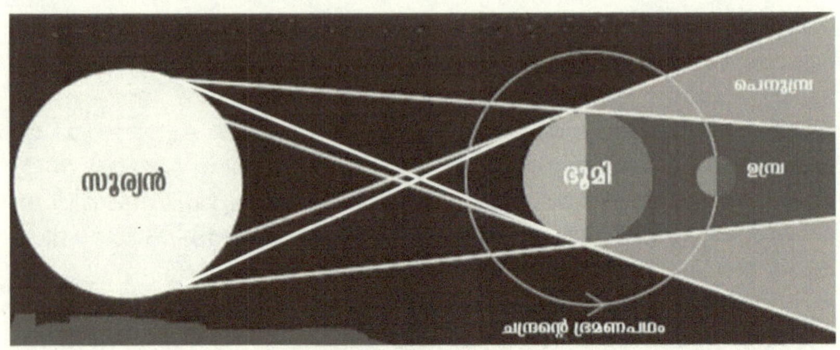

ചന്ദ്രഗ്രഹണം **(lunar eclipse)**

ഗ്രഹണം ഉണ്ടാകുന്നു. പെനമ്പ്ര നിഴലാണ് ചന്ദ്രനിൽ വീഴുന്നതെങ്കിൽ ചന്ദ്രബിംബം മങ്ങിക്കാണുമെന്നല്ലാതെ അദൃശ്യമാകുന്നില്ല.

ചന്ദ്രഗ്രഹണമുണ്ടാകുമ്പോൾ ആ ഭാഗത്തുള്ള ഭൂമിയുടെ അർദ്ധ ഗോളത്തിൽ മുഴുവനും അതു ദൃശ്യമായിരിക്കും. എന്നാൽ സൂര്യഗ്രഹണം അർദ്ധഗോളത്തിലെതന്നെ ചില ഭാഗത്തു മാത്രമേ കാണാൻ കഴിയൂ. ചന്ദ്രന്റെ നിഴലിനു വലിപ്പം കുറവായതുകൊണ്ടും ഭൂമിയുടേതിന് കൂടുതലായതുകൊണ്ടുമാണത്.

ഭൂമി സൂര്യനെ ചുറ്റുന്ന ഭ്രമണപഥവും ചന്ദ്രൻ ഭൂമിയെ ചുറ്റുന്ന പ്രദക്ഷിണപഥവും മുറിച്ചുകടക്കുന്നു എന്നു നമുക്കു തോന്നുന്ന സാങ്കൽപികസ്ഥാനങ്ങളിലാണല്ലോ ഗ്രഹണം നടക്കുക. ഈ സ്ഥാനങ്ങളാണ് രാഹുവും കേതുവുമായി ജ്യോതിഷത്തിൽ അറിയപ്പെടുന്നത്. ചന്ദ്രപഥം സൂര്യപഥത്തെ വടക്കുനിന്ന് തെക്കോട്ടു ഖണ്ഡിക്കുന്ന സ്ഥാനം രാഹുവും തെക്കുനിന്നു വടക്കോട്ടു ഖണ്ഡിക്കുന്ന സ്ഥാനം കേതുവുമാണ് (പ്രപഞ്ചത്തിൽ തെക്കും വടക്കുമില്ല. അത് തികച്ചും ആപേക്ഷികമാണ്). ഈ രണ്ടു സ്ഥാനങ്ങൾ തമ്മിൽ ആറു രാശികളുടെ വ്യത്യാസമുണ്ട്. രാഹു മേടത്തിലാണെങ്കിൽ കേതു തുലാത്തിലായിരിക്കും. സൂര്യനും ചന്ദ്രനും ഒരേസമയം രാഹുവിലോ അല്ലെങ്കിൽ കേതുവിലോ വരുമ്പോഴാണ് സൂര്യഗ്രഹണം സംഭവിക്കുന്നത്. രണ്ടും രണ്ടു രാശിയിൽ വരുമ്പോൾ ചന്ദ്രഗ്രഹണവും. ഗ്രഹണങ്ങളുടെ യഥാർഥ കാരണം മനസിലാക്കിയിരുന്നില്ലെങ്കിലും നിരീക്ഷണങ്ങളിലൂടെയും അതിനനുസരിച്ചുള്ള ഗണനങ്ങളിലൂടെയും ഗ്രഹണസമയം കണക്കാക്കാൻ പ്രാചീനഭാരതത്തിലും പശ്ചിമേഷ്യൻ രാജ്യങ്ങളിലുമുണ്ടായിരുന്ന ജ്യോതിജ്ഞാനികൾക്കു കഴിഞ്ഞിരുന്നു.

ജ്യോതിശ്ശാസ്ത്രവും ജ്യോതിഷവും

ജ്യോതിഷത്തിന് പ്രധാനമായി രണ്ടു ഭാഗങ്ങളുണ്ട്; ഗണിതഭാഗവും ഫലഭാഗവും. ഗണിതഭാഗമനുസരിച്ചാണ് വിനാഴിക, നാഴിക, ദിവസം,

ആഴ്ച, മാസം, വർഷം എന്ന് സമയത്തേയും പ്രഥമ, ദ്വിതീയ എന്ന് തിഥികളെയും മേടം, ഇടവം എന്നിങ്ങനെ ക്രാന്തിചക്രനക്ഷത്രരാശികളെയും വിഭജിച്ചതും അശ്വതി, ഭരണി തുടങ്ങിയ നക്ഷത്രങ്ങളെ രാശികൾക്കകത്തു വിഭജിച്ചു ചിട്ടപ്പെടുത്തിയതും. ആധുനികശാസ്ത്രം അനുശാസിക്കുന്ന നിരീക്ഷണങ്ങളുടെയും യുക്തിഭദ്രതയുടെയും അംശങ്ങൾ ഗണിതഭാഗത്തിൽ കാണാൻ കഴിയും. എന്നാൽ പിന്നീടിതു കൈകാര്യം ചെയ്തവർ അറിവുകളിലെ പിഴവുകൾ തീർക്കാനും കാലോചിതമായി പരിഷ്കരിക്കാനും തുനിഞ്ഞതേയില്ല. ടെലിസ്കോപ്പിന്റെ കണ്ടുപിടിത്തത്തിനു ശേഷം ജ്യോതിശ്ശാസ്ത്രത്തിലുണ്ടായ കണ്ടെത്തലുകൾ അവർക്കു സ്വീകാര്യമായില്ല. അവരിന്നും ഭൂകേന്ദ്രിതമായ പ്രപഞ്ചസങ്കൽപ്പം താലോലിക്കുന്നു. അവരുടെ നവഗ്രഹങ്ങളിൽ സൂര്യനും ചന്ദ്രനും പെടും; രാഹുവും കേതുവും പെടും; ഭൂമി ഉൾപ്പെടുകയുമില്ല. യുറാനസ്സും നെപ്ട്യൂണും പ്ലൂട്ടോയുമൊന്നും അവരുടെ ഗണിതത്തിലില്ല.

രാഹുകേതു കഥകളുടെ പിൻബലത്തിൽ എത്രമാത്രം അന്ധവിശ്വാസങ്ങളാണ് 'പരിഷ്കൃത' സമൂഹത്തിൽ നിലനിൽക്കുന്നതെന്നോർത്താൽ അത്ഭുതം തോന്നും. ഗ്രഹണസമയത്ത് ഭക്ഷണം കഴിക്കരുത്, ഗ്രഹണം കഴിഞ്ഞാൽ കുളിക്കണം, വിഷമില്ലാത്ത പാമ്പുകൾക്കു പോലും ഉഗ്രവിഷമായിരിക്കും എന്നിങ്ങനെ എത്രയെത്ര! 2002 ഡിസംബർ 4ന് ഉണ്ടായ സൂര്യഗ്രഹണം കേരളത്തിൽ ബന്ദിന്റെ പ്രതീതി സൃഷ്ടിച്ചു!

നക്ഷത്രങ്ങളും ഗ്രഹങ്ങളും പരസ്പരം മാറിപ്പോയ പ്രാചീന മനുഷ്യന്റെ അറിവുമായി തട്ടിച്ചുനോക്കുമ്പോൾ അനന്തമായ പ്രപഞ്ചത്തിലെ എണ്ണമറ്റ ഗാലക്സികളെക്കുറിച്ചും നക്ഷത്രങ്ങൾ എരിഞ്ഞടങ്ങിയ തമോഗർത്തങ്ങളെക്കുറിച്ചും മറ്റുമുള്ള ആധുനിക മനുഷ്യന്റെ അറിവ് എത്രയോ മുന്നിലാണ്. അനുദിനം വികസിക്കുന്ന ഒരു ശാസ്ത്രശാഖയാണ് ജ്യോതിശാസ്ത്രം. എന്നാൽ നഗ്നനേത്രങ്ങൾക്കു ഗോചരമായ ഏതാനും ജ്യോതിർഗോളങ്ങളുടെ സാന്നിധ്യത്തെ അടിസ്ഥാനപ്പെടുത്തിയുണ്ടാക്കിയ ചില ധാരണകളിൽ കുടുങ്ങിക്കിടക്കുന്ന ജ്യോതിഷം ജ്യോതിശാസ്ത്രപരമായ അറിവുകളെ ശാസ്ത്രീയമായി ഉൾക്കൊള്ളാൻ പര്യാപ്തമല്ല.

ഗിയോഡാർനോ ബ്രൂണോ

പ്ലൂട്ടോ എങ്ങനെ ഗ്രഹമല്ലാതായി?

പുതിയ അറിവുകൾ ഉണ്ടാകുമ്പോൾ പഴയ ധാരണകൾ പലതും പരിഷ്കരിക്കേണ്ടിവരും. ഭൂമി പരന്നതാണെന്നും ഗ്രഹങ്ങളും നക്ഷത്രങ്ങളും ഭൂമിയെ വലംവയ്ക്കുന്നു എന്നും ആദിമമനുഷ്യൻ കരുതി. തങ്ങളുടെ പരിമിതമായ പരിതസ്ഥിതികൾക്കും വിഭവങ്ങൾക്കുമകത്തുനിന്നുകൊണ്ട് പരമാവധി കുറ്റമറ്റ ഒരു പ്രപഞ്ചചിത്രവും വീക്ഷണവും രൂപീകരിക്കുവാൻ അവർക്കു കഴിഞ്ഞു. എന്നാൽ, അവരുടെ സിദ്ധാന്തങ്ങളുടെ പരിമിതികൾ പിന്നീടുവന്ന ചിന്തകന്മാരും ശാസ്ത്രകാരന്മാരും മനസ്സിലാക്കി.

ഭൂമിക്കു ഗോളാകൃതിയാണെന്നും അത് സൂര്യനെ വലംവയ്ക്കുന്ന ഒരു ഗ്രഹം മാത്രമാണെന്നും ചന്ദ്രൻ ഭൂമിയുടെ ഉപഗ്രഹമാണെന്നുമുള്ള അറിവുകൾ 17-ാം നൂറ്റാണ്ടിനെ പിടിച്ചുകുലുക്കി. ഈ ആശയങ്ങൾ പ്രചരിപ്പിച്ച ബ്രൂണോ വധശിക്ഷയ്ക്കു വിധേയനാക്കപ്പെട്ടു. ഗലീലിയോ തടവിലായി. പക്ഷെ ബൗദ്ധികലോകത്തിന് കാലക്രമേണ ശാസ്ത്രസത്യങ്ങൾ അംഗീകരിക്കാതെ നിവൃത്തിയില്ലെന്നു വന്നു. എന്നാൽ സൂര്യനാണ് പ്രപഞ്ചകേന്ദ്രമെന്ന വിശ്വാസമാണ് ഏറെക്കാലം ശാസ്ത്രലോകത്തെയും ഭരിച്ചത്.

സൂര്യകേന്ദ്രിതമായ പ്രപഞ്ചചിത്രത്തിന് പല ഭൗതിക പ്രതിഭാസങ്ങളെയും വിശദീകരിക്കാൻ കഴിയുമായിരുന്നില്ല. അപ്പോഴേക്കും ദൂരദർശിനികൾ പരിഷ്കൃതമാകുകയും ശാസ്ത്രശാഖകൾ വികസിക്കുകയും ചെയ്തു. ഇരുപതാം നൂറ്റാണ്ടോടെ സൂര്യനാണ് പ്രപഞ്ചകേന്ദ്രമെന്ന ധാരണ ശാസ്ത്രലോകം തള്ളിക്കളഞ്ഞു. ക്ഷീരപഥം (Milky Way) എന്ന ഗാലക്സിയിലെ അനേക കോടി നക്ഷത്രങ്ങളിൽ ഇടത്തരത്തിൽപ്പെട്ട ഒന്നു മാത്രമാണ് സൂര്യൻ എന്ന് വ്യക്തമായി. ഇന്ന് ഹബിൾ/ചന്ദ്ര ടെലിസ്കോപ്പുകളും മറ്റനേകം ബഹിരാകാശഗവേഷണപേടകങ്ങളും ഭൂനിലയങ്ങളും അനുനിമിഷം നൽകുന്ന ചിത്രങ്ങളും വിവരങ്ങളും പുതിയ നിഗമനങ്ങളിലേക്കു നമ്മെ നയിക്കും.

ഒരു ഗ്രഹത്തിന്റെ പദവി ഉയരുകയോ നഷ്ടപ്പെടുകയോ ചെയ്തിട്ടുള്ളത് പ്ലൂട്ടോയുടെ കാര്യത്തിൽ മാത്രമല്ല. സൂര്യന്റെ പദവി ഗ്രഹത്തിൽ നിന്ന് നക്ഷത്രത്തിലേക്കും ചന്ദ്രന്റെ പദവി ഗ്രഹത്തിൽ നിന്ന് ഉപഗ്രഹത്തിലേക്കും മുൻപും വ്യതിചലിച്ചിട്ടുണ്ട്.

പ്ലൂട്ടോ വളരെ ചെറിയ ഒരു ആകാശഗോളമാണ്. ചെറിയൊരു ഗ്രഹമായ ഭൂമിയുടെ ഉപഗ്രഹമായ ചന്ദ്രനേക്കാൾ ചെറുത്. ഇതു കണ്ടെത്തിയ ടോംബാഗ് അതിനുവേണ്ടി നടത്തിയ പ്രയത്നത്തിന്റെ പ്രതിഫലമായിട്ടുകൂടിയാണ് പ്ലൂട്ടോക്കു ഗ്രഹപദവി നൽകിയത്. കുയിപ്പർ ബെൽറ്റ് എന്ന ഇരുണ്ട വിദൂരമേഖലയിൽ സ്ഥിതിചെയ്യുന്ന ഇതിന് അ

ധോലോകദേവതയുടെ പേരായ പ്ലൂട്ടോ എന്നത് നന്നായി ചേരും. പ്ലൂട്ടോയിൽനിന്നു നോക്കിയാൽ സൂര്യൻ ഒരു വലിയ നക്ഷത്രം പോലെ മാത്രമേ കാണൂ. ഉപരിതല ഊഷ്മാവ് $^{-}230^{o}C$ ആണ്; വേനൽക്കാലത്ത് ഇത് $^{-}200^{o}C$വരെ ഉയരാം. സൂര്യനോട് താരതമ്യേന അടുത്തുകഴിയുന്ന ബുധൻ, ശുക്രൻ, ഭൂമി, ചൊവ്വ, എന്നീ സാന്ദ്രഗ്രഹങ്ങളുമായോ, അകന്നു കഴിയുന്ന വ്യാഴം, ശനി, യുറാനസ്, നെപ്ട്യൂൺ എന്നീ വാതകഭീമന്മാരുമായോ ഇതിനു യാതൊരു സാദൃശ്യവുമില്ല. പാറകൾക്കു സമാനമായ കാതലും അതിനുമീതേ ജലവും മീഥേയിനും ഉറഞ്ഞുകൂടിയ പുറന്തോടുമാണുള്ളത്. ഭൂമിയുടെ ആറിലൊന്നു വ്യാസം മാത്രമുള്ള പ്ലൂട്ടോയുടെ ഒരു ദിവസത്തിന്റെ ദൈർഘ്യം 153 മണിക്കൂറും ഒരു വർഷത്തിന്റേത് (സൂര്യനെ ഒന്നു വലംവയ്ക്കാൻ) ഭൂമിയിലെ 248 വർഷവുമാണ്.

സൗരയൂഥത്തിൽ നെപ്ട്യൂണിനപ്പുറം പല വലിപ്പത്തിലുള്ള വസ്തുക്കൾ മേഞ്ഞു നടക്കുന്ന ഒരു വെളിമ്പ്രദേശമുണ്ട് - ഇതാണ് കുയിപ്പർ ബെൽറ്റ്. ഇതിലെ വലിയ വസ്തുക്കളാണ് പ്ലൂട്ടോയും അതിന്റെ ഉപഗ്രഹമായ ഷാരോണും (Charon). നെപ്ട്യൂണിന്റെ ഒരു ഉപഗ്രഹമായ 'ട്രിടോണി'നെ അത് ഈ മേഖലയിൽനിന്ന് ആകർഷിച്ചു പിടിച്ചെടുത്തതാണെന്ന ഒരഭിപ്രായമുണ്ട്. പ്രധാന ഗ്രഹങ്ങളും ഉപഗ്രഹങ്ങളും ഉരുത്തിരിഞ്ഞതിനു ശേഷമുള്ള അവശിഷ്ട വസ്തുക്കളാണ് ഈ പ്രദേശത്ത് അലയുന്നത്. ഇതിനെല്ലാം തന്നെ ധൂമകേതുക്കളുടെ പദാർത്ഥഘടനയാണുള്ളത്. കുയിപ്പർ ബെൽറ്റിനപ്പുറമാണ് 'ഊർട് മേഘമേഖല' എന്നറിയപ്പെടുന്ന ഉറഞ്ഞ മഞ്ഞുമേഘങ്ങളുടെ മേഖല. ധൂമകേതുക്കളുടെ ജന്മദേശമിതാണ്.

എണ്ണിയാലൊടുങ്ങാത്ത ഹിമകണങ്ങളുണ്ടെങ്കിലും ഗ്രഹങ്ങളെന്നു വിളിക്കാവുന്നതൊന്നുംതന്നെ ഈ മേഖലയിൽ കാണാനിടയില്ല. ഈ മേഖലയെക്കുറിച്ച് കൂടുതൽ പഠിക്കാനായി 'പുതിയ ചക്രവാളങ്ങൾ' (New Horizons) എന്ന ഒരു ബഹിരാകാശയാനം യാത്രയിലാണ്. 2006 ജനുവരി 19 വ്യാഴാഴ്ച അറ്റ്ലസ് 5 റോക്കറ്റ് മുഖാന്തിരമാണ് നാസ അത് കേപ്കനാവറൽ സ്റ്റേഷനിൽനിന്നു വിക്ഷേപിച്ചത്. 2015 ൽ ഇത് പ്ലൂട്ടോയുടെ അടുത്തെത്തും.

2006 ആഗസ്റ്റ് രണ്ടാം പകുതിയിൽ ചെക് റിപ്പബ്ലിക്കിലെ പ്രാഗിൽ സമ്മേളിച്ച ഇന്റർനാഷണൽ അസ്ട്രോണമിക്കൽ യൂണിയന്റെ (IAU) സമ്മേളനം സൗരയൂഥത്തെക്കുറിച്ചു പൊതുവേയും അതിനകത്തെ വസ്തുക്കളെക്കുറിച്ച് വെവ്വേറെയും കൂലങ്കഷമായ ചർച്ചകൾ നടത്തുകയുണ്ടായി. ഇതിനു പ്രേരിപ്പിക്കത്തക്ക വിധമുള്ള പുതിയ അറിവുകൾ ഈ രംഗത്ത് ഇക്കഴിഞ്ഞ ഒരു കാലയളവിലുണ്ടായിട്ടുണ്ട്. ദൃഷ്ടിഗോചരമായ പ്രകാശത്തെ മാത്രമല്ല ഇന്ന് ആശ്രയിക്കുന്നത്. റേഡിയോ, എക്സ്റേ, ഗാമാറേ തുടങ്ങി വൈദ്യുതികാന്തികസ്പെക്ട്രത്തിലെ

മുഴുവൻ മേഖലകളെയും പ്രയോജനപ്പെടുത്തുന്ന അതിസങ്കീർണ്ണമായ ടെലിസ്കോപ്പുകളാണ് ഇന്ന് ഭൂമിയിലും ആകാശത്തും നിലയുറപ്പിച്ചിരിക്കുന്നത്. ഇതിൽനിന്നു ലഭിക്കുന്ന വിവരങ്ങളെയെല്ലാം അതിസൂക്ഷ്മമായി വിശകലനം ചെയ്യുന്ന കമ്പ്യൂട്ടറുകളും രൂപകൽപ്പന ചെയ്തിട്ടുണ്ട്.

ഗ്രഹങ്ങളുടെ നിർവചനം ഉദാരമാക്കുകയോ കർശനമാക്കുകയോ ചെയ്യേണ്ടുന്ന ഒരു സ്ഥിതിയാണുണ്ടായിരുന്നത്. ഉദാരമാക്കിയാൽ ഗ്രഹപദവിക്കുള്ള "സ്ഥാനാർഥി"കളുടെ ബാഹുല്യവും ശുപാർശക്കാരുടെ ശല്യവും മൂലം നട്ടംതിരിയേണ്ടി വരുമെന്ന് സംഘടന തിരിച്ചറിഞ്ഞു. എന്തുകൊണ്ടെന്നാൽ കുയിപ്പർ മേഖലയിൽ ഒർക്കസ്, ഇസ്കിയോൺ, വരുണ, TX 300, EL61, FY9, AW197 എന്നീ എട്ടു വസ്തുക്കളും കുയിപ്പർ മേഖലയ്ക്കു പുറത്തുള്ള ഊർട് മേഘമേഖലയിൽ സെഡ്നയും ഛിന്നഗ്രഹമേഖലയിൽ ഹിഗേ, വെസ്റ്റ, പല്ലാസ് എന്നീ മൂന്നെണ്ണവും ഗ്രഹപദവി കാത്തു കിടക്കുകയായിരുന്നു. ഭാവിയിൽ ഉണ്ടാകാവുന്ന അപേക്ഷകളുടെ കാര്യവും മുൻകൂട്ടി കാണണം.

പ്ലൂട്ടോയുടെ ഉപഗ്രഹമായ ചാരോൺ മറ്റു ഉപഗ്രഹങ്ങളുടെ ചലന നിയമങ്ങളല്ല പാലിക്കുന്നത്. ഇരട്ട നക്ഷത്രങ്ങളെപ്പോലെ പ്ലൂട്ടോയും ചാരോണും അതിനു വെളിയിലുള്ള ഒരു ബിന്ദുവിനെ ആധാരമാക്കി പരസ്പരം ഭ്രമണം ചെയ്യുകയാണു ചെയ്യുന്നത്. (ഭൂമിയുടെ ഉപഗ്രഹമായ ചന്ദ്രന്റെ ഭ്രമണകേന്ദ്രം ഭൂകേന്ദ്രം തന്നെയാണ്).

വളരെ കർശനമായ ഒരു നിർവചനമാണ് അവസാന യോഗത്തിൽ അംഗീകരിക്കപ്പെട്ടത്. ഇതനുസരിച്ച് (a) സൂര്യനു ചുറ്റും പ്രദക്ഷിണം വയ്ക്കുന്നതും (b) ആവശ്യത്തിനു പിണ്ഡമുള്ളതും ഗുരുത്വാകർഷണത്തിലൂടെ ദൃഢതയാർന്ന ഉരുണ്ട ആകൃതി കൈവരിക്കാൻ കഴിഞ്ഞതും (c) അന്യവസ്തുക്കളില്ലാതെ തെളിഞ്ഞ ഭ്രമണപഥമുള്ളതുമായ ആകാശവസ്തുക്കളാണ് ഗ്രഹങ്ങൾ.

വാമനഗ്രഹങ്ങൾ എന്നോ, കുള്ളൻ ഗ്രഹങ്ങൾ എന്നോ വിളിക്കാവുന്ന മറ്റൊരു വിഭാഗത്തിലേക്ക് പ്ലൂട്ടോയെ തരംതാഴ്ത്തി. ആകൃതിയും ഗുരുത്വവുമെല്ലാമുള്ളതുകൊണ്ടാണ് പ്ലൂട്ടോക്ക് ഈ പരിഗണനയെങ്കിലും ലഭിച്ചത്. ഗ്രഹങ്ങൾ, ഉപഗ്രഹങ്ങൾ, വാമനഗ്രഹങ്ങൾ എന്നിവയ്ക്കു പുറമേ 'ഹ്രസ്വ സൗരവസ്തുക്കൾ' എന്ന നാലാമതൊരു വിഭാഗം കൂടി നിലവിൽ വരും. നിർവചനങ്ങൾക്കും മാർഗനിർദേശങ്ങൾക്കുമനുസൃണമായി വാമനഗ്രഹങ്ങളെയും ഹ്രസ്വസൗരവസ്തുക്കളെയും തരംതിരിക്കുന്നതിനായി IAU ഒരു കമ്മിറ്റി രൂപീകരിച്ചു.

പ്ലൂട്ടോക്ക് അയോഗ്യതയുണ്ടാകാനിടയായ കാരണങ്ങളിതാണ്.

1. അത് ചാരോൺ എന്ന മറ്റൊരു സമാനഗ്രഹവുമായി പരസ്പരം ഭ്രമണം ചെയ്യുന്നതുമൂലം ഭ്രമണപഥം ചഞ്ചലമാണ്.

2. അത് ഒരു അംഗീകൃത ഗ്രഹമായ നെപ്ട്യൂണിന്റെ ഭ്രമണപഥത്തിനകത്തേക്കു കടന്നുകയറുന്നു.

3. മറ്റെല്ലാ ഗ്രഹങ്ങളും സൂര്യനെ ഭ്രമണം ചെയ്യുന്ന പഥത്തിൽ നിന്ന് പ്ലൂട്ടോ വളരെയേറെ വ്യതിചലിച്ചു പോകുന്നു.

4. സൗരയൂഥത്തിലുള്ള അനവധി ഉപഗ്രഹങ്ങൾ പോലും പ്ലൂട്ടോയേക്കാൾ വലിയതാണ്.

5. ചാരോണുമൊത്ത് പരസ്പരം ഭ്രമണം ചെയ്യുകയാൽ ഏതാണു ഗ്രഹം ഏതാണ് ഉപഗ്രഹമെന്ന് വ്യക്തമാകാത്ത അവസ്ഥയുണ്ട്.

നെപ്ട്യൂണിന്റെ പഥവുമായി അകലത്തിലുള്ള ഒരു തലത്തിലാണെങ്കിൽ പോലും അടുത്തടുത്തു വരുന്ന ഏതെങ്കിലുമൊരവസരത്തിൽ പ്ലൂട്ടോയെയും ചാരോണിനെയും നെപ്ട്യൂൺ ആകർഷിച്ചെടുത്ത് ഉപഗ്രഹമാക്കാനുള്ള സാധ്യതയും തള്ളിക്കളയാനാവില്ല. ഒരു കാലത്തു ഗ്രഹമായിരുന്ന ട്രിടോണിനെ നെപ്ട്യൂൺ ആകർഷിച്ചു വലയത്തിലാക്കി ഉപഗ്രഹമാക്കിയതാണെന്ന അഭ്യൂഹം നിലനിൽക്കുന്നുമുണ്ടല്ലോ.

ഉൽക്കകൾ

ചൂടുള്ള കല്ലുകൾ ആകാശത്തു സഞ്ചരിക്കുന്നുണ്ട് എന്നു ഗ്രീക്കുകാർ കരുതിയിരുന്നു. ഭൂമിയിൽ പതിക്കുന്ന ഉൽക്കകൾ അത്യന്തം ചൂടുള്ളതാണെന്ന് അവർ മനസ്സിലാക്കി. ബിസി-467ൽ ഗ്രീസിലെ ത്രേസ് എന്ന് സ്ഥലത്ത് ഒരു ഉൽക്ക വീണതായി രേഖപ്പെടുത്തിയിട്ടുണ്ട്. അരിസ്റ്റോട്ടിൽ ജനിച്ചത് ഈ സ്ഥലത്താണ്.

നിലാവില്ലാത്ത, മേഘങ്ങളില്ലാത്ത, തെളിഞ്ഞ രാത്രികളിൽ ആകാശത്ത് നക്ഷത്രങ്ങളുടെ പശ്ചാത്തലത്തിൽ നിന്ന് പ്രകാശത്തിന്റെ ഒരു ചീള് പൊടുന്നനവേ പൊട്ടിവീഴുന്നതായിക്കാണാം. ഇതിനെ കൊള്ളിമീൻ, ഉൽക്കാപാതം എന്നെല്ലാമാണ് പറയുക; മെറ്റിയർ, ഷൂട്ടിംഗ് സ്റ്റാർ എന്നീ പേരുകൾ ഇംഗ്ലീഷിലും. സൗരയൂഥത്തിലെ ഗ്രഹങ്ങൾക്കിടയിൽ പാറപോലെയും മറ്റുമുള്ള പദാർത്ഥങ്ങൾ അലഞ്ഞുതിരിഞ്ഞ് ചിലപ്പോൾ ഭൂമിയുടെ ആകർഷണ വലയത്തിലാകുന്നു. ഇത് അന്തരീക്ഷത്തിലൂടെ ഭൂമിയിലേക്ക് അതിവേഗം ഉരസിവീഴുമ്പോൾ വായുവിന്റെ ഘർഷണംമൂലം ഊഷ്മാവുയർന്ന് കത്തിയെരിയുന്നതാണ് നാം കൊള്ളിമീനായി കാണുന്നത്. മണിക്കൂറിൽ നാലായിരം കിലോമീറ്ററാണ് ഇതിന്റെ ശരാശരി വേഗത. ഭൂമിയോടടുക്കുന്നതിനനുസരിച്ച് അതു വർദ്ധിക്കുകയും ചെയ്യും.

സാധാരണ ഗതിയിൽ, ദൂരദർശിനികൾ കൊണ്ടുപോലും കാണാൻ കഴിയാത്ത ഇത്തരം വസ്തുക്കൾ പ്രകാശത്തോടെ എരിയുമ്പോഴാണ് ദൃഷ്ടിഗോചരമാകുന്നത്. ഭൂമിയുടെ ഉപരിതലത്തിലെത്തുന്നതിനു മുൻപുതന്നെ ഇത് എരിഞ്ഞുതീരും. ഉൽക്കകളുണ്ടാകുന്നതിന്റെ കാരണം പത്തൊൻപതാം നൂറ്റാണ്ടിന്റെ ആരംഭത്തിൽ മാത്രമേ മനുഷ്യൻ മനസ്സിലാക്കിയുള്ളൂ.

ഒരു വർഷത്തിൽ ഭൂമിയിലേക്ക് ആയിരം ടണ്ണോളം വസ്തുക്കൾ ഇത്തരത്തിൽ പതിക്കുന്നുണ്ട്. വളരെ വലിയ അപൂർവം ചിലവ ഭൂമിയിലെത്തിയാലും കത്തിത്തീരുന്നില്ല. അത് ഭൂമിയുടെ പ്രതലത്തിൽ ആഴമേറിയ കുഴികളുണ്ടാക്കിക്കൊണ്ട് നിപതിക്കും. ഭൂമിയുടെ ഉള്ളിലേക്ക് 200മീറ്റർ തുളച്ചുകയറിയ 'ബാരിംഗർ ക്രേറ്റർ' ആണ് അറിയപ്പെടുന്നതിൽ ഏറ്റവും വലിയത്. ആയിരക്കണക്കിനു വർഷങ്ങൾക്കു മുൻപ് അമേരിക്കയിലെ അരിസോണയിലാണിതുണ്ടായത്. ആസ്ട്രേലിയയിലെ വുൾഫ് ക്രേറ്റ്, ടെക്സാസിലെ ഒഡേസ, അർജന്റീനയിലെ കാംപോഡെൽ സീലോ എന്നിവയും വലിയ ഗർത്തങ്ങളാണ്.

ഉൽക്കാശിലകൾ പ്രധാനമായും മൂന്നുവിധമുണ്ട്; ശില, ഇരുമ്പുശില, ഇരുമ്പ് എന്നിങ്ങനെ. സൂര്യനു ചുറ്റും സഞ്ചരിക്കുന്ന ഇവയ്ക്ക് അസ്റ്ററോയ്ഡുകളുമായി (ഛിന്നഗ്രഹങ്ങൾ) സാമ്യമുണ്ട്. ഭൂമിയുടെ ഭ്രമണപഥത്തോടടുക്കുകയും അതിന്റെ ആകർഷണത്തിൽപ്പെടുകയും ചെയ്യുമ്പോഴാണ് ഇത് അന്തരീക്ഷത്തിലേക്കു പതിക്കുന്നത്. ഇതിന് 400 കോടിയിലധികം വർഷം പ്രായമുണ്ടെന്നാണ് കണക്കാക്കിയിട്ടുള്ളത്. അതായത് സൗരയൂഥത്തിലെ മറ്റ് അംഗങ്ങളോടൊപ്പംതന്നെ ജനിച്ചു വളർന്ന് വഴിപിഴച്ചുപോയവ. ഭൂമിയിൽ മാത്രമല്ല മറ്റു ഗ്രഹങ്ങളിലും ഉൽക്കകൾ പതിക്കുക പതിവാണ്.

ഉൽക്ക പതിച്ച് മനുഷ്യമരണങ്ങളുണ്ടായതായി ചരിത്രരേഖകളില്ല. 1991 ആഗസ്റ്റ് 31-ന് അമേരിക്കയിലെ ഇന്ത്യാനയിൽ നോബ്ലസ്വില്ലെ എന്ന സ്ഥലത്ത് ഉൽക്ക പതിച്ചപ്പോൾ സമീപം കളിച്ചുകൊണ്ടുനിന്ന രണ്ടു കുട്ടികൾ ഭാഗ്യത്തിനു രക്ഷപ്പെട്ടു. 1991 ൽ തന്നെ ഇംഗ്ലണ്ടിലെ പീറ്റർബറോ എന്ന സ്ഥലത്ത് ഒരു തോട്ടത്തിൽ പണിചെയ്തിരുന്ന മനുഷ്യനു സമീപം ഒരു ഉൽക്ക വീണതായി രേഖപ്പെടുത്തിയിട്ടുണ്ട്. 1992 ഒക്ടോബറിൽ ന്യൂയോർക്കിൽ, പാർക്കു ചെയ്തിരുന്ന ഒരു കാറിനു മുകളിൽ ഉൽക്ക വീണ് അതു തകർന്നിട്ടുണ്ട്.

അങ്ങിങ്ങ് ഒറ്റപ്പെട്ട് ഏതു ദിശയിൽ നിന്നുമുണ്ടാകാവുന്ന ഉൽക്കാപതനങ്ങൾ കൂടാതെ ചില പ്രത്യേക കാലങ്ങളിലാണ് ഉൽക്ക മഴയുണ്ടാകുന്നത്. ഇത് ധൂമകേതുക്കളുമായി ബന്ധപ്പെട്ടുണ്ടാകുന്നതാണ്. ധൂമകേതുക്കളുടെ സഞ്ചാരപഥത്തിൽ അത് അവശേഷിപ്പിച്ചുപോയ ധൂളീപദാർത്ഥങ്ങൾ തങ്ങിനിൽക്കും. ഭൂമി അതിനെ മുറിച്ചു കടന്നുപോകുമ്പോഴാണ് ഉൽക്കമഴയുണ്ടാകുന്നത്. ഈ പദാർത്ഥങ്ങളെ ഭൂമി ആകർഷിക്കുകയാൽ ഭൂമിയുടെ അന്തരീക്ഷത്തിലൂടെ അത് താഴോട്ടു പതിക്കുന്നതാണ് ഇതിനു കാരണം. ഓരോ ധൂമകേതുക്കളുടെയും വീഥികൾ നിശ്ചിതമാണ്. ഭൂമി എപ്പോഴാണ് അതിനെ മുറിച്ചു കടക്കുന്നതെന്ന് കണക്കുകൂട്ടി മനസ്സിലാക്കുവാനും കഴിയും. ഉൽക്കമഴയ്ക്ക് പശ്ചാത്തലമായി കാലത്തിനനുസരിച്ച് ഒരു രാശി (constellation) ഉണ്ടായിരിക്കും. അതുകൊണ്ട് പ്രസ്തുത രാശിയുടെ പേരിലായിരിക്കും ഓരോ പ്രത്യേക ഉൽക്കമഴയും അറിയപ്പെടുന്നത്.

ഡിസംബർ 7 മുതൽ 17 വരെ 'ജമിനൈഡ്സ്' എന്നു പേരുള്ള ഉൽക്കമഴ കാണാം. മിഥുനം രാശിയിൽ നിന്നുവരുന്നതായി തോന്നുകയാലാണ് ഈ പേരു നൽകിയിരിക്കുന്നത്. 14-ാം തീയതിയായിരിക്കും ഇതിന് ഏറ്റവും ശക്തിയുണ്ടാകുക. ജനുവരി 1 മുതൽ 5 വരെയുണ്ടാകുന്നതിന് 'ക്വാഡ്രാന്റിഡ്സ്' എന്നാണുപേര്. ജനുവരി മൂന്നിനായിരിക്കും അതിന്റെ പാരമ്യം.

ഏറ്റവും ശക്തമായ ഉൽക്കമഴ 'പെർസീഡ്സ്' എന്ന പേരിൽ ജൂലൈ-ആഗസ്റ്റിലുണ്ടാകുന്നതാണ് - ജൂലൈ 17 മുതൽ ആഗസ്റ്റ് 24 വരെ നീണ്ടുനിൽക്കുന്ന ഇതിന്റെ പാരമ്യം ആഗസ്റ്റ് 12 നാണ്. കണ്ണിനു കാണാവുന്നത് ചുരുക്കമാകയാൽ പേരു സൂചിപ്പിക്കുന്നതു പോലുള്ള ഒരു കാഴ്ച ഉൽക്കമഴയിൽ പ്രായോഗികമല്ല.

ചില പ്രധാനപ്പെട്ട ഉൽക്കകൾ

പേര്	കാലം	പാരമ്യം
ക്വാഡ്രാന്റിഡ്സ്	1–5 ജനുവരി	3 ജനുവരി
ഇറ്റാ അക്വാറൈഡ്സ്	19 ഏപ്രിൽ 28 മേയ്	3 മേയ്
ഡെൽറ്റാ അക്വാറൈഡ്സ്	8 ജൂലൈ 19 ആഗസ്റ്റ്	28 ജൂലൈ
പെർസീഡ്സ്	17 ജൂലൈ 24 ആഗസ്റ്റ്	12 ആഗസ്റ്റ്
ഓറിയൊനൈഡ്സ്	2 ഒക്ടോബർ17 നവംബർ	21 ഒക്ടോബർ
ജമിനൈഡ്സ്	7–17 ഡിസംബർ	14 ഡിസംബർ

ധൂമകേതുക്കൾ

പൗരാണികകാലം മുതൽ തന്നെ ധൂമകേതുക്കൾ മനുഷ്യന്റെ ശ്രദ്ധ ആകർഷിച്ചിരുന്നു. ആകാശത്തിലെ പ്രതിഭാസങ്ങൾക്ക് അത്ഭുതങ്ങളുടെയും അതിഭൗതികതയുടെയും പരിവേഷമുണ്ടായിരുന്ന അക്കാലത്ത് ലോകത്തിന്റെ ഓരോരോ ഭാഗത്തു ജീവിച്ചിരുന്നവർ അതിനെക്കുറിച്ച് അവരവരുടെ ഭാവനയ്ക്കനുസരിച്ച കഥകൾ മെനഞ്ഞിരുന്നു. വീരസ്വർഗം പൂകിയ യുദ്ധവീരന്മാരുടെ സ്വർഗയാത്രയായിട്ടാണ് റോമാക്കാരതിനെ കണ്ടത്. ജൂലിയസ് സീസറിന്റെ മരണത്തിനു തൊട്ടുശേഷം ഉദിച്ച പ്രകാശമേറിയ ധൂമകേതു അദ്ദേഹത്തിന്റെ ആത്മാവ് സ്വർഗത്തിലേക്കു യാത്ര ചെയ്യുന്നതായിട്ടാണ് റോമാക്കാർ ധരിച്ചത്. വരാനിരിക്കുന്ന കാലക്കേടിന്റെയും പകർച്ചാവ്യാധിയുടെയും മുന്നറിയിപ്പായിട്ടാണ് മറ്റു ചിലർ അതിനെ കണ്ടത്. 1577 ൽ അതിദീപ്തമായ ഒരു ധൂമകേതു പ്രത്യക്ഷപ്പെടുകയുണ്ടായി. അന്നു ഡെൻമാർക്കിൽ ജീവിച്ചിരുന്ന ടൈക്കോ ബ്രാഹേ എന്ന അതിപ്രശസ്തനായ ജ്യോതിശ്ശാസ്ത്രജ്ഞൻ

അത് ചന്ദ്രനേക്കാളും അകലെയാണെന്ന് സ്ഥാപിച്ചു. കടുത്ത ദൈവഭക്തനും മതവിശ്വാസിയുമായിരുന്നിട്ടുപോലും അദ്ദേഹം പറഞ്ഞത് ധൂമകേതുവിന് ഭൂമിയിലെ അത്യാഹിതങ്ങളുമായി ബന്ധമൊന്നുമില്ലെന്നാണ്. ധൂമകേതുവിന്റെ വാലിന് വിഷാംശമുള്ളതിനാൽ അത് മനുഷ്യരിൽ വിഷം തീണ്ടുമെന്ന വിശ്വാസം നിലനിന്നിരുന്നതിനാൽ 1910 ൽ ഹാലിയുടെ വാൽനക്ഷത്രം പ്രത്യക്ഷപ്പെട്ട കാലത്ത്, വിഷത്തിനെതിരെ പ്രതിരോധ ഗുളികകളുണ്ടാക്കി വിറ്റ് യൂറോപ്പിൽ ചിലർ കോടീശ്വരന്മാരായി.

ലോഹങ്ങളടങ്ങിയ കടുത്ത പാറയാണ് ധൂമകേതുവിന്റെ കാതലായ ഭാഗം. അതിനുപുറത്ത് ജലബാഷ്പം, മീഥേൻ, അമോണിയ, കാർബൺ ഡൈ ഓക്സൈഡ് എന്നിവയുടെ ഉറഞ്ഞുകട്ടിയായ മിശ്രിതമാണ്. ഇത്തരം പദാർത്ഥങ്ങളടങ്ങിയ മേഘങ്ങളിൽ നിന്നുതന്നെയാണ് സൗരയൂഥം രൂപംകൊണ്ടത്. അതിന്റെ അവശിഷ്ടങ്ങളിൽ നിന്ന് ഉടലെടുക്കുന്നതാണ് ധൂമകേതുക്കൾ. അതിദൂരത്തുനിന്നും ആരംഭിച്ച് അതിദീർഘ വൃത്താകൃതിയിൽ സഞ്ചരിച്ച് സൂര്യനെ പ്രദക്ഷിണം ചെയ്ത് അത് തിരിച്ചുപോകുന്നു. വീണ്ടും വന്ന് സൂര്യനെ പ്രദക്ഷിണം ചെയ്യാൻ ഏതാനും വർഷങ്ങളോ നൂറുകണക്കിനു വർഷങ്ങളോ എടുത്തെന്നു വരാം. അകലെ, അകലെയെവിടെയോ നിന്ന് ഒരു മുന്നറിയിപ്പുമില്ലാതെ പൊടുന്നനവേ പ്രത്യക്ഷപ്പെടുന്ന ചില ധൂമകേതുക്കളുണ്ട്. രണ്ടു മൂന്നാഴ്ച കൊണ്ട് സൂര്യനെ വലംവച്ച് അത് തിരികെ മടങ്ങുന്നു - വിദൂരതയിലേക്ക്; ഇങ്ങിനി വരാത്തവണ്ണം.

അറിയപ്പെടുന്ന ധൂമകേതുക്കൾ തന്നെ നൂറുകണക്കിനുണ്ട്. മറ്റാവശ്യങ്ങൾക്കു വേണ്ടി ആകാശനിരീക്ഷണം നടത്തുമ്പോൾ വാനനിരീക്ഷകർ യാദൃച്ഛികമായി കണ്ടെത്തുന്ന ധൂമകേതുക്കളും അനവധിയാണ്. പത്തുവർഷത്തിലൊരിക്കലെങ്കിലും അത്തരമൊന്നിനെ കണ്ടുകിട്ടും. നഗ്നനേത്രങ്ങൾക്കു കാണാൻ കഴിയാത്തവയും ധാരാളമുണ്ട്. പ്രധാനപ്പെട്ടവയ്ക്കെല്ലാം പേരുകൾ നൽകിയിട്ടുണ്ട്. പേരുകൾ അതു കണ്ടുപിടിച്ചയാളുടെയോ, അതിന്റെ പഥം കണക്കുകൂട്ടിയ ആളുടെയോ അതുമല്ലെങ്കിൽ അതു കണ്ടുപിടിച്ച സ്ഥാപനത്തിന്റേതുമാകാം. ഹാലി, ഷൂമാക്കർ ലെവി, ടെമ്പിൾ, എൻ കെ മാർക്കോസ്, ഉകേയ-സാകി, ക്രൊമേലിൻ ബൊവെൽ, കൊഹൂടെക് എന്നിവ ചില പ്രധാനപ്പെട്ട ധൂമകേതുക്കളാണ്.

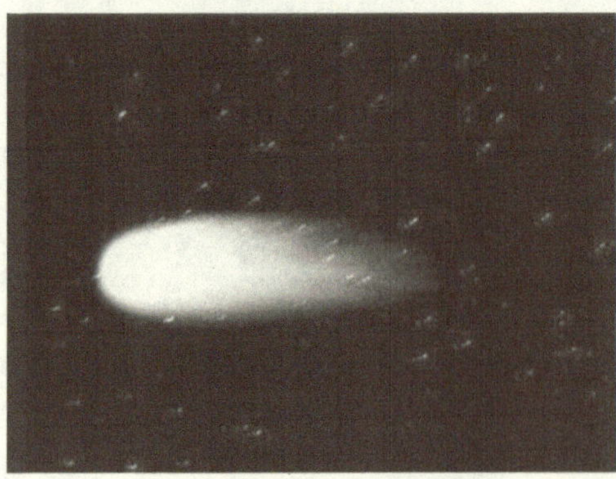
ഹാലിയുടെ ധൂമകേതു

ധൂമകേതുവിനു വാലുണ്ടാകുന്നത് അതു സൂര്യനോടടുക്കുമ്പോഴാണ്. തല സൂര്യനോടടുത്തും വാൽ സൂര്യനിൽ നിന്നകന്നുമാണ് കാണുക. സൂക്ഷിച്ചു നോക്കിയാൽ (ദൂരദർശിനിയിലൂടെ) രണ്ടുവാലുള്ളതായി കാണാം. ഒന്ന് പൊടിപടലങ്ങളടങ്ങിയതാണ്. മറ്റേത് വൈദ്യുതി ചാർജുള്ള വാതകങ്ങളുടേതും. പൊടിപടലങ്ങളിൽ തട്ടി പ്രതിഫലിക്കുന്നത് മഞ്ഞരാശിയിലും വാതകത്തിൽ തട്ടിവരുന്നത് നീലരാശിയിലും കാണാം. സൂര്യനോട് ഏറ്റവും അടുത്തു വരുമ്പോഴായിരിക്കും വാലിന് ഏറ്റവും നീളക്കൂടുതൽ.

ഓരോ പ്രാവശ്യവും ഒരു ധൂമകേതു സൂര്യനെ വലംവയ്ക്കുമ്പോഴും അതിലെ പദാർത്ഥങ്ങൾക്കു ശോഷണം സംഭവിക്കുന്നു. അത് ചെറുതായി ചെറുതായി ഒരിക്കൽ ഇല്ലാതെയാകും. എന്നാൽ അതിന്റെ സ്ഥാനത്ത് പുതിയവ ഉണ്ടായിക്കൊണ്ടുമിരിക്കും.

ധൂമകേതുക്കൾ അതിദീർഘ വൃത്താകൃതിയിൽ സൂര്യനെ വലംവയ്ക്കുന്ന ഒന്നാണെന്ന് ആദ്യം മനസ്സിലാക്കിയത് ന്യൂട്ടനാണ്. അദ്ദേഹത്തിന്റെ ചങ്ങാതിയായിരുന്ന ജ്യോതിശ്ശാസ്ത്രജ്ഞനായിരുന്നു എഡ്മണ്ട് ഹാലി. ഹാലിയുടെ ബാല്യകാലസ്മരണയിൽ 1607 ൽ ഉദിച്ച ഒരു ധൂമകേതു ഉണ്ടായിരുന്നു. 1682 ൽ വാർധക്യകാലത്തും അതുപോലൊരു ധൂമകേതു വരികയുണ്ടായി. ജിജ്ഞാസുവായ അദ്ദേഹം പഴയ ഏടുകൾ പരിശോധിക്കുമ്പോൾ 1531 ലും അത്തരമൊരു ധൂമകേതു ഉദിച്ചിരുന്നതായി രേഖകൾ കണ്ടെത്തി. ഓരോന്നും തമ്മിൽ 76 വർഷത്തിന്റെ വ്യത്യാസം ഇതു തമ്മിലുണ്ടായിരുന്നു. 1758 ൽ ഈ ധൂമകേതു വീണ്ടും ഉദിക്കുമെന്ന് അദ്ദേഹം പ്രവചിച്ചു. പക്ഷെ ആ പ്രവചനം ശരിയാണെന്നു തെളിഞ്ഞതു കാണാൻ 1758 ൽ അദ്ദേഹമുണ്ടായിരുന്നില്ല. ഹാലീസ് കോമറ്റ് എന്ന പേരിൽ അത് ഇന്നറിയപ്പെടുന്നു. അവസാനം അത് പ്രത്യക്ഷപ്പെട്ടത് 1985-86ലാണ്; ഇനി 2061 ൽ.

ബഹിരാകാശ ഗവേഷണ പദ്ധതികളിലൂടെയാണ് ഇന്ന് ധൂമകേതുക്കളെക്കുറിച്ചുള്ള പഠനം നടക്കുന്നത്. റഷ്യയും ജപ്പാനും നാസയും ഈസയും (ESA-യൂറോപ്യൻ സ്പേസ് ഏജൻസി) ഇതിൽ മുന്നിലാണ്. 1978-ൽ ജിയാക്കോബിനെ-സിന്നെർ, 1986-ൽ ഹാലി, 1992-ൽ ഗ്രിഗി-സ്ജെല്ലെരുപ് എന്നീ ധൂമകേതുക്കളെക്കുറിച്ച് പഠനങ്ങൾ നടക്കുകയുണ്ടായിട്ടുണ്ട്. ഈയിടെ നാസയുടെ 'ഡീപ് ഇംപാക്റ്റ്' എന്ന പദ്ധതിയുടെ 'ഒഡേസ' എന്ന ഉപകരണം'ടെംപിൾ' എന്ന ധൂമകേതുവുമായി കൂട്ടിയിടിച്ച് പരീക്ഷണങ്ങൾ നടത്തുകയുണ്ടായി, പരീക്ഷണ വിവരങ്ങൾ ശേഖരിച്ച് പഠിച്ച് അവസാന നിഗമനങ്ങളിലെത്താനിരിക്കുന്നതേയുള്ളു.

2011-ൽ വരാനിരിക്കുന്ന ഒരു ധൂമകേതുവിനെക്കുറിച്ചു പഠിക്കാനുള്ള ഒരു പദ്ധതിയുടെ അണിയറ പ്രവർത്തനങ്ങൾ ഈസയിൽ സജീവമാണ്.

ഷൂമാക്കർ ലെവി - 9

ആയിരത്തി തൊള്ളായിരത്തി തൊണ്ണൂറ്റിമൂന്നിൽ കണ്ടെത്തിയ ഷൂമാക്കർ ലെവി - 9 എന്ന ധൂമകേതു വളരെ വ്യത്യസ്തമായ ഒന്നായിരുന്നു. വ്യാഴത്തിന്റെ ഗുരുത്വം അതിനെ അതിന്റെ ചുറ്റുമുള്ള ഒരു ദീർഘവൃത്ത പഥത്തിലേക്ക് വലിച്ചെടുത്തു. ഗുരുത്വാകർഷണത്തിന്റെ പാരമ്യത്തിൽ ധൂമകേതു ഇരുപതു കഷ്ണമായി ചിതറി ഒരു പേൾ മാലപോലെ വ്യാഴത്തെ പ്രദക്ഷിണം ചെയ്യാൻ തുടങ്ങി. 1994 ജൂലൈ അവസാനം അത് വ്യാഴത്തിൽ പതിച്ചു തകർന്നു. അന്ന് അത് ആദ്യമായിട്ടാണ് ഒരു ധൂമകേതു ഒരു ഗ്രഹത്തിലിടിച്ചിറങ്ങുന്നത് ശാസ്ത്രജ്ഞന്മാർ നിരീക്ഷിക്കുന്നത്.

ഷൂമാക്കർ ലെവി

12

ഗ്രഹങ്ങൾ മനുഷ്യന്റെ ജീവിതം നിയന്ത്രിക്കുമോ?

സൂര്യനെ വലംവയ്ക്കുന്നത് എട്ടു ഗ്രഹങ്ങളാണെന്ന് പറഞ്ഞുവല്ലോ. യുറാനസ്, നെപ്ട്യൂൺ എന്നീ ഗ്രഹങ്ങളൊഴിച്ചുള്ളതെല്ലാം തന്നെ പൗരാണികർ നഗ്നനേത്രങ്ങൾ കൊണ്ട് നോക്കി മനസ്സിലാക്കിയിരുന്നു. എന്നാൽ സൂര്യൻ ഒരു നക്ഷത്രമാണെന്നോ ചന്ദ്രൻ ഒരു ഉപഗ്രഹമാണെന്നോ ഭൂമി ഒരു ഗ്രഹമാണെന്നോ അവർ തിരിച്ചറിഞ്ഞില്ല. ലഭ്യമായിരുന്ന വിവരങ്ങൾക്കനുസരിച്ച് അത്ര മാത്രമേ അന്ന് സാധിക്കുമായിരുന്നുള്ളൂ. സൂര്യനും ചന്ദ്രനുമടക്കമുള്ള ഗ്രഹങ്ങളും നക്ഷത്രങ്ങളുമെല്ലാം തന്നെ ഭൂമിയെ കേന്ദ്രമാക്കി കറങ്ങുകയാണെന്ന് അവർ ഉറച്ചു വിശ്വസിച്ചു. ഗ്രഹങ്ങളെല്ലാം സൂര്യനെ വലംവയ്ക്കുന്ന തലം ഒന്നാകയാൽ ഒരേ രാശിചക്രത്തിലൂടെയാണ് ഗ്രഹങ്ങളുടെ സഞ്ചാരപഥമെന്നതും അവർ തിരിച്ചറിഞ്ഞു. നക്ഷത്രങ്ങളുടെ കൃത്യതയുമായി താരതമ്യപ്പെടുത്തുമ്പോൾ ഗ്രഹങ്ങളുടെ സഞ്ചാര വേഗതയിൽ ദൃശ്യമാകുന്ന വ്യത്യാസം കണക്കിലെടുത്ത്, 'അലഞ്ഞു തിരിയുന്നവർ' എന്ന അർഥത്തിലാണ് അവയെ 'പ്ലാനറ്റ്' (planet) എന്ന് വിളിച്ചു പോന്നത്.

ജനിക്കുന്ന സമയത്തെ നക്ഷത്രരാശിയുടെ നിൽപ്പും അതിനകത്തെ ഗ്രഹങ്ങളുടെ നിലയും കണക്കാക്കി മനുഷ്യന്റെ ഭാവി പ്രവചിക്കുന്ന ജ്യോതിശ്ശാസ്ത്രത്തോടൊപ്പമുണ്ടായ മറുപിള്ളയായി ജ്യോതിഷത്തെ കണക്കാക്കുന്നതിൽ തെറ്റില്ല. ആദ്യകാലത്തെ ജ്യോതിശ്ശാസ്ത്രജ്ഞന്മാരുടെ ദൈനംദിന ജീവിതം നിലനിർത്താൻ അതു സഹായിച്ചു എന്ന ഒരു ഗുണം അതിൽ ആരോപിക്കാൻ കഴിയുമെന്നല്ലാതെ വസ്തുതകൾകൊണ്ടോ തെളിവുകൾകൊണ്ടോ കണക്കുകൾ കൊണ്ടോ തെളിയിക്കപ്പെട്ട ഒരു ശാസ്ത്രശാഖയല്ല ഇത്. ജ്യോതിഷത്തിനു പശ്ചാത്തലമായി വർത്തിക്കുന്ന ജ്യോതിശ്ശാസ്ത്ര സങ്കൽപ്പങ്ങളെല്ലാം

തന്നെ എന്നോ കാലഹരണപ്പെട്ടതാണ്. ഇന്ത്യൻ ശാസ്ത്രജ്ഞരായ ആര്യഭട്ടൻ, ഭാസ്കരൻ എന്നിവർ കോപ്പർനിക്കസിനും നൂറ്റാണ്ടുകൾക്കു മുൻപുതന്നെ ഇതു തിരിച്ചറിഞ്ഞിരുന്നു. എന്നാൽ അവരും ജ്യോതിഷത്തെ നിഷേധിക്കാനോ വിപ്ലവകരമായി പരിഷ്കരിക്കാനോ തുനിഞ്ഞില്ല. പരമ്പരാഗത ജ്യോതിഷികൾ അവരെ അവഗണിക്കുകയും തമസ്കരിക്കുകയും ചെയ്തു.

ജ്യോതിഷത്തിന് ശാസ്ത്രീയാടിസ്ഥാനമില്ല എന്നു തെളിയിക്കുന്ന ചില വസ്തുതകൾ നമുക്കു പരിശോധിക്കാം.

1. ഭൂമി പരന്നതും പ്രപഞ്ചകേന്ദ്രവുമാണെന്ന ആശയം പഴഞ്ചനും ശാസ്ത്രവിരുദ്ധവുമാണ്. ഭൂമി ഒരു ചെറിയ ഗ്രഹം മാത്രമാണ്.

2. സൂര്യൻ, ചന്ദ്രൻ എന്നിവയെ ഗ്രഹങ്ങളായാണ് ജ്യോതിഷം സ്ഥാനപ്പെടുത്തിയിട്ടുള്ളത്. സൂര്യൻ ഒരു നക്ഷത്രവും ചന്ദ്രൻ ഒരു ഉപഗ്രഹവുമാണെന്നു കണ്ടെത്തിയിട്ട് 400 വർഷങ്ങളിലധികമായി. വിശ്വാസപദ്ധതികളിൽ തിരുത്തൽവരുത്തുക പ്രായോഗികമല്ല. അതുകൊണ്ട് ഇന്നും ജ്യോതിഷത്തിൽ ഈ തെറ്റായ ധാരണ തുടരുന്നു.

എഡ്വിൻ ആൽഡ്രിൻ ചന്ദ്രനിൽ ഇറങ്ങി നിൽക്കുന്ന ചിത്രം നീൽ ആംസ്ട്രോങ്ങ് എടുത്തത്

3. ജ്യോതിഷമനുസരിച്ച്, രാഹു, കേതു എന്നിവ ഗ്രഹങ്ങളാണ്. ഗ്രഹണങ്ങൾക്കു കാരണം ഈ ഗ്രഹങ്ങളാണെന്നാണ് പൂർവ്വികർ ധരിച്ചിരുന്നത്. വാസ്തവത്തിൽ, സൂര്യൻ, ചന്ദ്രൻ, ഭൂമി എന്നിവ ഒരു നേർരേഖയിൽ വരുമ്പോഴുണ്ടാകുന്ന നിഴലുകൾ മാത്രമാണിവ. ഗ്രഹണത്തിന്റെ കാരണം വിശദീകരിക്കാൻ കഴിവില്ലാതിരുന്ന കാലത്ത് അതു വിശദീകരിക്കാൻ വേണ്ടിയുണ്ടാക്കിയ സാങ്കൽപ്പിക ഗ്രഹങ്ങൾ മാത്രമാണ് രാഹുകേതുക്കൾ. ജ്യോതിശ്ശാസ്ത്രത്തിൽ സൂര്യന്റെയും ചന്ദ്രന്റെയും പഥങ്ങൾ ഖണ്ഡിക്കുന്ന 'നോഡ്', 'ആന്റിനോഡ്' എന്നിവ ഭൂമി നിശ്ചലമാണെന്നു സങ്കൽപ്പിച്ചുണ്ടാക്കിയ സാങ്കൽപ്പിക ബിന്ദുക്കളാണ്; വിഷുവ ബിന്ദുക്കൾ പോലെതന്നെ കണക്കുകൂട്ടാനുള്ള സൗകര്യത്തിനു വേണ്ടി സങ്കൽപ്പിക്കുന്നവയാണിത്. പല അകലങ്ങളിലും തലങ്ങളിലുമാണ് ഗ്രഹങ്ങളും ഉപഗ്രഹങ്ങളും ഭ്രമണം ചെയ്യുന്നത്.

4. ഭൂമിയുടെ സഞ്ചാരം സഹസ്രാബ്ദങ്ങളിലൂടെ കടന്നുപോകുമ്പോൾ നക്ഷത്രങ്ങളുടെയും ഗ്രഹങ്ങളുടെയും തന്നെ ആപേക്ഷിക സ്ഥാനങ്ങൾക്ക് വ്യതിയാനമുണ്ടാകുന്നുണ്ട്. ജ്യോതിഷിയുടെ കൈവശമുള്ളത് പഴയ പട്ടികകളാണ്. അതുകൊണ്ട് ജ്യോതിഷി കണക്കുകൾ കൂട്ടി ഇന്ന രാശിയിലാണ് ഇന്ന ഗ്രഹം എന്നു പറയുമ്പോൾ അത്

യാഥാർഥ്യവുമായി യോജിക്കുകയില്ല. വിഷു (രാവും പകലും തുല്യമായുള്ളത്) യഥാർഥത്തിൽ ഇന്ന് മേടം ഒന്നിനല്ല, മീനം ഏഴിനാണ്. ഇന്നുള്ള സമരാത്രദിനം 'വിശ്വാസി'കൾക്ക് വിഷുവായി കണക്കിലെടുക്കാൻ കഴിയുകയില്ല.

5. ഭൂമിയുടെ അക്ഷം വടക്കോട്ടും തെക്കോട്ടും നീട്ടിയാൽ അത് ആകാശ ഗോളത്തിൽ (ഖഗോളത്തിൽ) സ്പർശിക്കുന്ന സാങ്കൽപ്പിക സ്ഥാനങ്ങളാണ് ഖഗോള ധ്രുവങ്ങൾ (celestial poles). ഉത്തര ഖഗോള ധ്രുവത്തിൽ കാണുന്ന നക്ഷത്രമാണ് ധ്രുവനക്ഷത്രം (pole star). ഭൂമി പടിഞ്ഞാറുനിന്ന് കിഴക്കോട്ടു കറങ്ങുമ്പോൾ നക്ഷത്രങ്ങളെല്ലാം കിഴ

ഇന്ന്

13,000 വർഷങ്ങൾക്കുശേഷം

ക്കുനിന്നു പടിഞ്ഞാറേക്കു സഞ്ചരിക്കുന്നതായി നമുക്ക് അനുഭവപ്പെടുന്നു. എന്നാൽ ധ്രുവനക്ഷത്രത്തിനുമാത്രം ചലനമില്ല. മാത്രമല്ല സൂക്ഷിച്ചു നിരീക്ഷിച്ചാൽ ധ്രുവനക്ഷത്രത്തെ കേന്ദ്രമാക്കിക്കൊണ്ടാണ് മറ്റു നക്ഷത്രങ്ങൾ കിഴക്കു നിന്നും പടിഞ്ഞാറേക്കു കറങ്ങുന്നതെന്നും തോന്നും.

ഭൂമിയുടെ അക്ഷത്തിന് 23 ഡിഗ്രിയോളം ചരിവുണ്ടെന്നു കാണാം. ഈ ചെരിവോടെ അത് 26000 വർഷത്തിലൊരിക്കൽ ഒരു പ്രാവശ്യം ഒരു വട്ടം വരയ്ക്കും.

72 വർഷത്തിൽ ഒരു ഡിഗ്രി വ്യത്യാസം വരും. ഭൂമിയുടെ അച്ചുതണ്ടിന്റെ ചരിവ് 13000 വർഷം കഴിയുമ്പോൾ വിപരീത ദിശയിലായിരിക്കുമെന്നു ചുരുക്കം. ഇതിനനുസരിച്ച് കാലാവസ്ഥയിലും മാറ്റമുണ്ടാകും. വിഷുവിന്റെ കാലവും മാറുമെന്നു പറഞ്ഞത് അതുകൊണ്ടാണ്. ഈ മാറ്റങ്ങൾ മനുഷ്യനേക്കാൾ വേഗത്തിൽ ഗ്രഹിക്കുന്നത് പ്രകൃതിയാണ്. കൊന്ന പൂക്കുന്നത് ഭൂമിയുടെ അച്ചുതണ്ടിന്റെ ദിശയനുസരിച്ച് കാലാവസ്ഥയിൽ വ്യതിയാനമുണ്ടാകുന്നത് 'കണക്കി'ലെടുത്താണ്. വേനലിനും വർഷത്തിനും വസന്തത്തിനും ശിശിരത്തിനുമെല്ലാം ഇതിനനുസരിച്ച് കാലമാറ്റമുണ്ടാകും.

6. ഭൂമി അതിന്റെ അച്ചുതണ്ടിൽ തിരിയുമ്പോൾ സമുദ്രജലം അതിനെ പിറകോട്ടൊരു പിടി പിടിക്കുന്നുണ്ട്. ഇതുകൊണ്ട് ഭൂമിയുടെ തിരിയൽ വേഗത ക്രമേണ കുറയുന്നുണ്ട്. രണ്ടായിരം വർഷം കൂടുമ്പോൾ ദിവസത്തിന്റെ ദൈർഘ്യം ഒരു സെക്കന്റ് വർദ്ധിക്കുമത്രേ. ചരിത്രാതീ

ത കാലത്തേക്ക് കോടാനുകോടി വർഷം പിറകോട്ടു സഞ്ചരിച്ചാൽ 22 മണിക്കൂറുള്ള ദിവസങ്ങളും 400 ദിവസങ്ങളുള്ള വർഷങ്ങളുമുണ്ടായിരുന്ന ഒരു കാലഘട്ടത്തിൽ നാമെത്തിച്ചേരുമെന്നതിനു തെളിവുകളുണ്ട്. ദശകോടി വർഷങ്ങൾ കഴിയുമ്പോൾ ദിവസത്തിന്റെ ദൈർഘ്യം കൂടിയെന്നുവരാം.

7. ചന്ദ്രൻ ഭൂമിയെ ചുറ്റുന്ന വേഗത കൂടിക്കൂടി വരികയാണ്. ഇതുമൂലം ചന്ദ്രൻ ഭൂമിയിൽനിന്നും വർഷത്തിൽ 4 സെന്റിമീറ്റർ എന്ന കണക്കിൽ അകന്നു പോകുകയുമാണ്. ഭൂമിയിലെ ദിവസത്തിന്റെ ദൈർഘ്യം കൂടുന്നതിനനുസരിച്ച് ഏതെങ്കിലുമൊരു കാലത്ത് ഭൂമിയുടെ തിരിയൽ വേഗതയും ചന്ദ്രന്റെ ഭ്രമണവേഗതയും (കോൺ വേഗത - angular velocity) തുല്യമായി വന്നേക്കാം. അന്ന് ചന്ദ്രൻ ഭൂമിയുടെ ഏതെങ്കിലുമൊരു ഭാഗത്ത് സ്ഥിരമായി നിൽക്കുന്ന അവസ്ഥയും വന്നുകൂടെന്നില്ല.

ലോകത്തിലെ പ്രാചീന സംസ്കാരങ്ങളിലെല്ലാംതന്നെ ജ്യോതിഷവിശ്വാസികളുണ്ടായിരുന്നതായി കാണാം. എന്നാൽ, പ്രപഞ്ചത്തെക്കുറിച്ച് ഒട്ടും പരിജ്ഞാനമില്ലായിരുന്ന ചരിത്രാതീതകാലത്തു പോലും ജ്യോതിഷത്തിൽ വിശ്വസിക്കാത്തവരും ധാരാളമായുണ്ടായിരുന്നു. ജൂലിയസ് സീസർ അത്തരമൊരു ഭരണാധികാരിയായിരുന്നു. “ധീരന്മാർ ഒരുകുറിയേ മരിക്കൂ, ഭീരുക്കൾ പലകുറിയും” എന്ന അദ്ദേഹത്തിന്റെ പ്രസ്താവന ജ്യോതിഷപ്രവചനങ്ങളെക്കുറിച്ചായിരുന്നു.

എന്നാൽ ഒരു ഇസ്ലാമായിരുന്നിട്ടുപോലും ചെങ്കിസ്ഖാൻ ജ്യോതിഷത്തിൽ വിശ്വസിച്ചു. ശനിയുടെ മേൽ വ്യാഴത്തിന്റെ അപഹാരമുള്ളതുകൊണ്ട് യുദ്ധത്തിന്റെ വിജയസാധ്യത മങ്ങുമെന്ന ജ്യോത്സ്യപ്രവചനം കണക്കിലെടുത്ത് അദ്ദേഹം യുദ്ധം നിർത്തിവയ്ക്കുകപോലുമുണ്ടായിട്ടുണ്ടത്രേ.

പൗരാണികകാലങ്ങളിൽ ജ്യോതിഷവും ജ്യോതിശ്ശാസ്ത്രവും കൈകോർത്തുകൊണ്ടാണ് മുന്നേറിയത്. ജ്യോതിശ്ശാസ്ത്രത്തിന് അതിമഹത്തായ സംഭാവനകൾ നൽകിയ ജൊഹന്നസ് കെപ്ലർക്ക് ജ്യോതിഷത്തിൽ വിശ്വാസമില്ലായിരുന്നു. എങ്കിലും അദ്ദേഹം പ്രഭുക്കന്മാർക്കും മറ്റും ജാതകം എഴുതിക്കൊടുത്തിരുന്നു!

ഇന്ത്യൻ ജ്യോതിഷി

കത്തോലിക്കാമതനേതൃത്വം ജ്യോതിഷവിശ്വാസത്തെ നഖശിഖാന്തം എതിർത്തു. പള്ളിക്കു കിട്ടേണ്ട വഴിപാടുകളുടെ വിഹിതങ്ങളിൽ ജ്യോതിഷികൾ പങ്കുപറ്റുമെന്ന വിചാരവും കൂടിയാകാം അവരെ അതിനു പ്രേരിപ്പിച്ചത്. എന്നാൽ മധ്യയുഗത്തിലെ ഒരു പോപ്പിന്റെ ചോദ്യം ഇന്നും പ്രസക്തമാണ്. “ഗ്രഹങ്ങളാണ് മനുഷ്യന്റെ ഭാവി തീരുമാനിക്കുന്നതെങ്കിൽ ദൈവത്തിന്റെ പണിയെന്താണ്?”

ഗ്രഹങ്ങളുടെ ചലനപഥങ്ങളെക്കുറിച്ചു പഠിച്ച കെപ്ലർ അതിന്റെ നിയമങ്ങളെല്ലാം തന്നെ വ്യക്തമായി നിർവചിച്ചിട്ടുണ്ട്. ന്യൂട്ടൻ അത് പുഷ്കലമാക്കുകയും ചെയ്തു. കെപ്ലറുടെ ഭ്രമണനിയമങ്ങളിൽ നിന്നോ ന്യൂട്ടന്റെ ചലനനിയമങ്ങളിൽ നിന്നോ ഗ്രഹങ്ങൾ കടുകിട വ്യതിചലിക്കുകയില്ല.

ഇനി നക്ഷത്രങ്ങളുടെ കാര്യം. നാം ഒരോ രാശികളിൽ കാണുകയും ഓരോ ആകൃതിയിൽ സങ്കൽപ്പിക്കുകയും ചെയ്യുന്ന നക്ഷത്രങ്ങൾ അനേകായിരം പ്രകാശവർഷങ്ങൾക്കകലെ പല തലത്തിൽ നിൽക്കുന്നവയാണ്. നമ്മുടെ കാഴ്ചയുടെ പരിമിതി കൊണ്ടാണ് ഇതെല്ലാം ഒരേ തലത്തിൽ നിൽക്കുന്നു എന്നു നമുക്കു തോന്നുന്നത്.

നമുക്ക് ഏറ്റവും അടുത്ത ആൽഫസെന്റൗറി എന്ന നക്ഷത്രത്തിലേക്കുള്ള ദൂരം 4 $^{1}/4$ പ്രകാശവർഷമാണ് - പ്രകാശം 4$^{1}/4$ വർഷം കൊണ്ടു സഞ്ചരിച്ചെത്തുന്ന ദൂരം. 4$^{1}/4$വർഷം മുൻപുള്ള നക്ഷത്രത്തെയാണ് നാമിപ്പോൾ കാണുന്നത്. സൂര്യരശ്മിപോലും സൂര്യനിൽ നിന്ന് ഇവിടെ എത്താൻ 8$^{1}/4$ മിനിറ്റെടുക്കും. പ്രകാശത്തിന്റെ വേഗം സെക്കന്റിൽ മൂന്നു ലക്ഷം കിലോമീറ്ററാണ്. നാം ആകാശത്തിലേക്കു നോക്കുമ്പോൾ കാണുന്നത് വർത്തമാനകാലമല്ല, ഭൂതകാലമാണ്. നാം കാണുന്ന നക്ഷത്രങ്ങൾ പലതും അവിടെയില്ല, ഉള്ളതു പലതും കാണുന്നുമില്ല.

ബുധ/ശുക്ര മൗഢ്യം

സൂര്യൻ ഒരു നക്ഷത്രമാണ്. അതിന്റെ സ്ഥാനം ഭൂമിയെ അപേക്ഷിച്ച് സ്ഥിരമാണ്. ഗാലക്സിക്കകത്തുള്ള സൂര്യന്റെ ചലനം നമ്മെ സംബന്ധിച്ചിടത്തോളം അഗണ്യമാണ്. അതുകൊണ്ടുതന്നെ സൂര്യൻ ഒരു രാശിയിൽനിന്ന് മറ്റൊരു രാശിയിലേയ്ക്കു മാറുന്നു എന്നത് വെറും തോന്നലാണ്. യഥാർഥത്തിൽ ഭൂമിയാണ് ഒരു രാശിയിൽ നിന്ന് മറ്റൊരു രാശിയിലേയ്ക്കു മാറുന്നത്. ഭൂമി കുംഭം രാശിയിൽ നിൽക്കുമ്പോഴാണ് സൂര്യൻ ചിങ്ങം രാശിയിൽ നിൽക്കുന്നതായി നമുക്കു തോന്നുന്നത്.

ഭൂമിയുൾപ്പെടെയുള്ള ഗ്രഹങ്ങൾക്കു മാത്രമേ രാശികളിലൂടെയുള്ള ആപേക്ഷിക ചലനമുള്ളൂ. ഭൂമിയുടെ ചലനം നമുക്ക് അനുഭവിച്ചറിയാൻ കഴിയുകയില്ല. സൂര്യനും മറ്റു നക്ഷത്രങ്ങളും ചലിക്കുന്നതായാണ് നമുക്കു തോന്നുക. അനേകം ദൃക്ഭ്രംശപ്പിശകുകളിൽ ഒന്നു മാത്രമാണിതും.

ഗ്രഹങ്ങളുടെ വക്രഗതി എന്ന ജ്യോതിഷവിശ്വാസവും (പഴയ ജ്യോതിശ്ശാസ്ത്ര) ദൃക്ഭ്രംശപിശകു മൂലം നമുക്കു തോന്നുന്ന ഒന്നാണ്. ഉദാഹരണത്തിന് ചൊവ്വ രാശിചക്രത്തിലൂടെ പടിഞ്ഞാറുനിന്ന് കിഴക്കോട്ടു സഞ്ചരിക്കുമ്പോൾ ചില ഘട്ടങ്ങളിൽ അത് കിഴക്കുനിന്ന് പടിഞ്ഞാറേക്കു പോകുന്നതായി തോന്നും. ഉദാഹരണത്തിന് ഇടവം രാശിയിൽ നിന്ന് മിഥുനംരാശിക്കു പകരം മേടം രാശിയിലേക്ക്. ഇത് ചൊവ്വ

യും ഭൂമിയും അതിന്റെ ചലനത്തിനിടയിൽ ചില പ്രത്യേക കോണുകളിലെത്തുമ്പോൾ നമുക്കുണ്ടാകുന്ന ഒരു തോന്നലാണ്. രണ്ടു തീവണ്ടികൾ ഒരേ ദിശയിൽ സഞ്ചരിക്കുമ്പോൾപോലും വേഗത കൂടിയതിലിരുന്നു നോക്കുന്നയാൾക്ക് വേഗത കുറഞ്ഞത് പിറകോട്ടു സഞ്ചരിക്കുന്നതായി അനുഭവപ്പെടുന്നതുപോലെ. വക്രഗതിക്കുള്ള കാരണം പ്രാചീനർക്കു മനസ്സിലായിരുന്നില്ല. അവർ ഗ്രഹങ്ങൾ ചില സമയം പിറകോട്ടു സഞ്ചരിക്കുന്നു എന്നത് ഒരു യാഥാർഥ്യമായിത്തന്നെയാണ് മനസ്സിലാക്കിയത്. അതിന് വക്രഗതി എന്നു പറയുകയും അതുമൂലമുണ്ടാകാവുന്ന 'ദോഷ'ഫലങ്ങൾ ഗണിച്ച് എഴുതിവയ്ക്കുകയും ചെയ്തു.

സഹസ്രാബ്ദങ്ങൾക്കു മുൻപ് പരിമിതമായ സാഹചര്യത്തിൽ വാനനിരീക്ഷകർ എത്തിച്ചേർന്ന പല നിഗമനങ്ങളും തെറ്റായിരുന്നു. അവരുടെ പരിമിതിക്കുള്ളിൽ അവർ നേടിയത് വലിയ അറിവുകളാണ്. അവരുടെ പിശകുകൾ പലതും ഇന്നു തിരുത്തപ്പെട്ടിട്ടുണ്ട്. ഇന്നു ശാസ്ത്രം രൂപീകരിച്ചിട്ടുള്ള പല ധാരണകളും ഭാവിയിൽ വരാനിരിക്കുന്ന പുതിയ ഉപകരണങ്ങളിൽനിന്നു ലഭിക്കുന്ന വിവരങ്ങൾക്കനുസരിച്ച് പരിഷ്കരിക്കപ്പെടുമെന്ന് ഉറപ്പാണ്. അതു സ്വാഗതം ചെയ്യാനുള്ള സന്നദ്ധത നമുക്കുണ്ടായിരിക്കുകയും വേണം.

ഗ്രഹങ്ങൾ മനുഷ്യന്റെ ജീവിതമോ മനുഷ്യൻ ഗ്രഹങ്ങളുടെ ചലനമോ നിയന്ത്രിക്കുന്നില്ല. പ്രകൃതിക്ക് അതിന്റേതായ നിയമങ്ങളുണ്ട്. ആ നിയമങ്ങൾക്കനുസരിച്ചുമാത്രമേ എല്ലാം നടക്കൂ. നിയമങ്ങൾ കണ്ടുപിടിക്കുകയും അതിനനുസരിച്ച് പ്രവർത്തിക്കുകയും ചെയ്യുക എന്നതാണ് ശാസ്ത്രവും സാങ്കേതികവിദ്യയും നടപ്പിലാക്കുന്നത്. അത് പ്രകൃതിയെ കീഴടക്കലല്ല, അംഗീകരിക്കലാണ്.

www.ingramcontent.com/pod-product-compliance
Lightning Source LLC
LaVergne TN
LVHW041121150826
845673LV00007B/2148

* 9 7 8 9 3 8 2 3 2 8 4 0 7 *